BÁ TƯỚC ZINZENDORF

TRÁI ĐẦU MÙA

ANH HÙNG ĐỨC TIN: XƯA & NAY

JANET & GEOFF BENGE

DỊCH GIẢ
DANIEL DOAN

TIÊN
PHONG

ANH HÙNG ĐỨC TIN: XƯA & NAY

đã được chuyển ngữ sang tiếng Việt

Adoniram Judson

Francis Asbury

John Wesley

William Carey

Zinzendorf

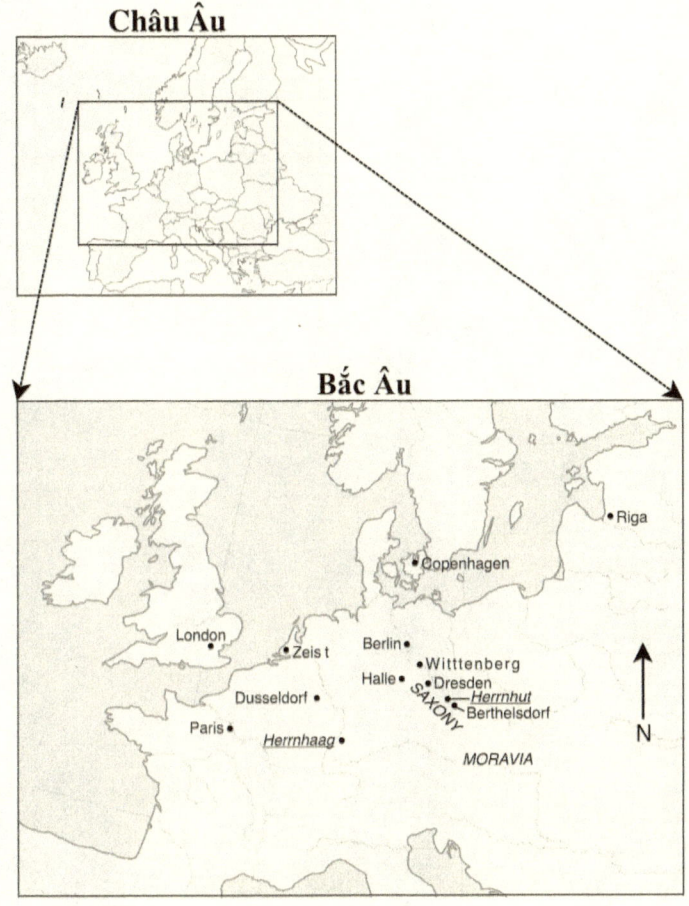

Châu Âu

Bắc Âu

Riga

Copenhagen

London

Zeis t

Berlin

Wittenberg

Halle

Dresden

Herrnhut

Dusseldorf

SAXONY

Berthelsdorf

Paris

Herrnhaag

MORAVIA

N

MỤC LỤC

CHƯƠNG 1
THẤT VỌNG
NHƯNG KHÔNG
BỎ CUỘC

Họ gặp mấy người ngoài đường. Chẳng có đường xá, không có những tòa lâu đài, chẳng có mấy thị trấn rộn ràng hối hả, chỉ có những ngọn đồi xanh mướt phủ đầy cây cỏ – mọi thứ đều khác hẳn châu Âu. Nếu bây giờ ở Saxony, thì Bá tước Ludwig von Zinzendorf chắc hẳn đang ngồi trên chiếc xe ngựa sang trọng rồi đấy. Nhưng ở cái nơi quê mùa sâu hút trong địa hạt của thổ dân da đỏ thì ông chỉ có thể cưỡi trên lưng ngựa mà thôi.

Được dẫn đường bởi tù trưởng Skikellimy và các chiến binh người da đỏ, Ludwig và mấy người đi cùng, tiến thẳng về Thung lũng Wyoming thuộc tiểu bang Pennsylvania, để đến nơi ở của những người thổ dân Shawnee trên cao nguyên. Trên đường đi, Ludwig suy nghĩ đến những điều tuyệt vời sẽ xảy ra trong hành trình dài lần này. Ông hy vọng sẽ dàn xếp ổn thoả với người Shawnee để các giáo sĩ được phép đi vào vùng đất sống và làm việc với bộ tộc này.

Mọi thứ đều suôn sẻ khi cả đoàn đi dọc theo con sông Susquehanna – cho tới khi lội qua một con rạch nhỏ. Vừa đi được nửa con rạch thì cái đai yên ngựa của Ludwig bị hỏng, ông ngã ngửa ra phía sau rồi rơi xuống dòng nước lạnh giá, cái yên ngựa rớt đè lên ông. Tù trưởng Skikellimy và mấy binh người da đỏ cười phá lên.

Martin Mack, là một trong những người đi cùng, liền nhào tới giúp Ludwig, hất yên ngựa sang bên và kéo ông ra khỏi vũng nước.

"Làm phiền anh rồi', Ludwig lúng túng xin lỗi. "Tôi là kẻ chỉ có đem lại phiền phức mà thôi!"

Martin vỗ nhẹ vào lưng của Ludwig. "Đoạn đường không đẹp mấy", anh đáp lại. "Nên chuyện này có thể xảy ra với bất kỳ ai. Anh hãy nghỉ ngơi, tôi sẽ kiểm tra cái yên ngựa của anh".

Khi cái yên đã được chỉnh lại và đặt trên lưng ngựa, Ludwig leo lên và cả đoàn tiếp tục hành trình. Họ đi thêm vài ngày nữa, dừng lại vào lúc chiều tối để cắm trại và chuẩn bị nấu vài món đạm bạc mà họ mang theo.

Cuối cùng, họ về đến làng của người Shawnee. Vì Ludwig đã biết trước là sẽ mất nhiều ngày để thuyết phục người Shawnee, nên ông quan sát kỹ chỗ nào thuận tiện để dựng lều cho mình. Thế là, ông đã chọn một chỗ có vẻ rất tốt, cách khoảng hai mươi thước Anh, tính từ chỗ dựng lều của mấy người đi cùng với mình.

Mọi chuyện đều diễn ra tốt đẹp trong đêm đầu tiên. Ngày tiếp theo, Ludwig ngồi trên cái giường xếp, ông trải sách vở và giấy tờ ra trước mặt mình ở trên đất. Ông ghi lại vài câu thánh ca đang sáng tác, rồi nhặt quyển nhật ký lên để bắt đầu một ngày mới. Khi viết, một chuyển động nhỏ đã lọt vào tầm mắt của ông. Ông phớt lờ nó. Không lâu sau, có một con rắn khá to trườn qua mấy mảnh giấy mà ông để trước mặt mình. Ludwig nín thở. Ông nên làm gì đây? Ông chẳng nghĩ được gì. Tiếp tục nín thở chờ đợi con rắn sẽ cắn mình.

Con vật ấy phớt lờ Ludwig trườn qua mấy tờ giấy, rồi biến mất đi đâu đó ở dưới cái lều. Ludwig thở phào và đặt bút xuống. Đột nhiên, cảnh tượng liền được lặp lại, có một con rắn khác lướt qua mấy tờ giấy rồi cũng biến mất tiêu. Vừa khi con rắn biến mất, Ludwig nhảy dựng lên và phóng ra khỏi lều. Ông van xin những người thổ dân đến kiểm tra mấy con rắn từ đâu ra, nhưng ông lại không lường trước được phản ứng của họ. Họ đến kiểm tra xung quanh và bên trong lều của ông, rồi tất cả cùng cười phá lên.

Một người thổ dân chỉ vào cái lỗ trên mặt đất: "Ông đã dựng lều ngay trên miệng hang của con rắn!" người này nói, ông lắc đầu không tin vào chuyện đã xảy ra. "Hoặc là ông phải làm quen với con rắn, hay là ông phải chuyển chỗ khác sống thôi".

Mặt Ludwig đỏ bừng lên vì cảm thấy lúng túng. Lúc còn ở Saxony chẳng có người nào cười vào mặt ông. Họ cũng chẳng dám làm vậy! Ngoài ra, ông cũng hiếm khi mắc sai lầm như thế. Ở Saxony, ông có cả một toà lâu đài và chẳng hề lo lắng đến việc đi tìm chỗ thật tốt để dựng lều! Mặc dù cảm thấy bẽ mặt, nhưng Bá tước Zinzendorf không bỏ cuộc. Ông đến đây để dàn xếp một cuộc thương lượng với người Shawnee và đó là điều ông sẽ làm.

Khi Ludwig bắt đầu nói chuyện với tù trưởng của người Shawnee, ông nhanh chóng nhận ra rằng cuộc thương lượng này sẽ chẳng đi tới đâu cả. Người Shawnee không hề tin tưởng ông, cho dù ông đã cố gắng thuyết phục rằng ông đến trong hòa bình như một người bạn của họ. Ludwig cũng để ý thấy vị tù trưởng Skikellimy và mấy người chiến sĩ da đỏ bắt đầu tỏ vẻ nghi ngờ ý định của người Shawnee.

Hoàn toàn thất vọng trước những gì đang xảy ra, Ludwig ngồi lại trong lều của mình và tuôn đổ lòng mình trước mặt Chúa bằng lời cầu nguyện, cầu xin Chúa chỉ cho ông biết phải làm gì. Ngày hôm sau, Conrad Weiser, là người mà Ludwig đã kết làm bạn tại khu thuộc địa, đến làng Shawnee. Đây là người rất giỏi dàn xếp và cũng là người thông dịch cho các vấn đề liên quan giữa người thổ dân và người da trắng. Anh ta cũng được người Shawnee tôn trọng, và có thể nhanh chóng thay đổi tình cảnh.

Buổi tối đó, Conrad và Ludwig ngồi nói chuyện với nhau bên đống lửa.

"Anh đang gặp nguy hiểm đấy Bá tước Zinzendorf", Conrad mở lời. "Người Shawnee đang chuẩn bị giết các anh".

Miệng Ludwig mở to ra. "Tại sao?" ông nói lắp bắp. "Tôi đâu có làm hại họ".

"Người Shawnee tin rằng ông là tay sai của những người muốn cướp lấy mỏ bạc ở trong địa phận của họ.

Cho nên, họ đã quyết định điều tốt nhất cho họ là giết các anh, để gửi đi một thông điệp cho bất kỳ kẻ nào muốn đến lấy bạc của họ. Tôi đang cố gắng dàn xếp để thuyết phục họ là ông không hề có ý định đó – ông không hề thích bạc của họ, mà ông muốn cứu linh hồn họ".

"Anh là câu trả lời cho lời cầu nguyện của tôi!" Ludwig la lên.

"Có thể", Conrad đáp, "nhưng tôi sợ là mình không thể thay đổi suy nghĩ của người Shawnee về việc anh muốn các giáo sĩ đến sống với họ. Đó là điều họ từ chối thẳng thừng".

"Chúng ta phải làm gì bây giờ?" Ludwig hỏi.

"À", Conrad nói, "có thể thời gian sẽ thay đổi điều đó".

"Và cầu nguyện nữa", Ludwig thêm vào.

Ngày hôm sau cả đoàn dọn đi, Conrad dẫn mọi người đi lại con đường cũ. Đang đi dọc đường, Ludwig chán nản vì mọi thứ diễn ra với người Shawnee không như mong đợi, nhưng lòng sốt sắng của ông không hề bị dập tắt. Ông tin rằng một ngày nào đó người Shawnee sẽ thay đổi tấm lòng, họ sẽ mời các giáo sĩ đến sống và dạy dỗ họ.

Khi đoạn đường chật hẹp dẫn cả đoàn quay trở lại con sông Susquahanna, Ludwig nhớ lại cuộc sống quyền quý ở Saxony. Nếu bà nhìn thấy ông ngày hôm nay, trong bộ dạng lấm bùn, tóc tai không chải chuốc và chỉ có một chút đồ ăn trong túi, thì bà sẽ nghĩ thế nào đây! Bà đã chuẩn bị và dạy ông cách sống của một ông hoàng ở

Dresden. Nhưng ông lại từ bỏ những thứ dễ chịu và quý giá để trở thành nhà quý tộc châu Âu đầu tiên không màng đến sự văn minh của Bắc Mỹ, mà đến sống tại vùng đất của người thổ dân. Cuộc đời của ông đã trải qua nhiều nỗi quanh co, từ lúc rời xa cuộc sống đã được định sẵn cho mình tại Saxony.

CHƯƠNG 2
"NỖI XẤU HỔ NÀY SẼ KHÔNG HẠ GỤC TÔI"

Cậu bé bốn tuổi Nicolaus Ludwig von Zinzendorf đã muốn hét lên, nhưng cậu nhanh chóng kìm nén sự kích động. Cậu rất muốn vẫy tay chào khi chiếc xe ngựa chạy cộc cành trên đường, nhưng cậu lại không muốn gửi đi một thông điệp sai lúc này – tức là cho mẹ biết rằng cậu không sao cả khi mẹ bỏ đi mà không có cậu. Sao mẹ lại có thể làm như thế? Tại sao mẹ không mang cậu theo? Tại sao cậu phải ở với bà? Chẳng ai chịu hỏi cậu một tiếng xem *cậu* muốn gì!

Rất nhiều suy nghĩ và đủ mọi cảm xúc lướt qua bên trong khi cậu đứng nhìn người đánh xe ngựa quất roi thẳng tiến. Chiếc xe ngựa tăng tốc và nhanh chóng biến mất đằng sau khu rừng. Ludwig đứng đó nhìn chăm chăm, những giọt nước mắt chảy dài xuống hai gò má. Mẹ bỏ cậu lại để đến sống với người chồng mới, đó là Field Marshall von Natzmer, năm mươi tuổi tại Berlin. Giờ đây, Ludwig phải sống với bà, cậu và dì, ở lâu đài Gross-Hennersdorf tại Upper Lusatia, cách Dresden sáu mươi dặm về phía đông. Cậu chưa từng gặp cha, ông đã qua đời do bệnh lao khi Ludwig chỉ mới sáu tuần tuổi, còn bây giờ mẹ bỏ cậu lại một mình. Cậu cũng không biết tới khi nào mới gặp lại mẹ của mình.

Ngay lúc Ludwig nghĩ cậu sẽ không chịu nổi sự đau đớn này, thì cậu cảm thấy vòng tay của bà ôm lấy mình. "Đến đây, Ludwig. Mọi thứ sẽ ổn thôi. Bà sẽ chăm sóc cháu, Đức Chúa Trời sẽ chăm sóc cháu. Rồi cháu sẽ thấy". Bằng mấy câu đó, bà đã dẫn cậu tiến vào lâu đài.

Bà bá tước Baroness Henriette Katrina von Gerdorf là người đã nói thì giữ lấy lời. Bà đã chăm sóc người cháu của mình rất tận tình, và không lâu sau đó Ludwig bắt đầu học tập dưới sự chỉ dạy của một người giám hộ cũng rất chu đáo. Cuộc sống của Ludwig nhanh chóng trở nên bận rộn với những thói quen hằng ngày, chính điều này làm cho cậu sớm quên chuyện nhớ mẹ cả ngày.

Mỗi sáng, Ludwig ăn sáng với bà xong là đi ngay vào lớp tập đọc với người giám hộ. Cậu ăn trưa với những người em của mẹ mình, đó là dì Henriette và cậu Nicolaus. Sau khi học xong mấy lớp buổi chiều với người giám hộ, Ludwig ngồi ăn tối với bà, cậu và dì, tại gian phòng được trang trí rất lộng lẫy trong lâu đài.

Vào bữa tối, bà Bá tước thường hỏi han chuyện học tập của đứa cháu. Ludwig biết rõ là bà muốn cậu học thật giỏi. Không giống như mấy bà quý tộc thời bấy giờ, bà Bá tước là người có học thức uyên bác. Bà là một họa sĩ vẽ tranh sơn dầu rất đẹp, thông thạo tiếng Hy Lạp và La-tinh, bà còn rất am hiểu thần học nữa.

Kỳ thực, một trong những vấn đề giáo dục mà bà và dì quan tâm nhiều nhất đó là đời sống thuộc linh của Ludwig. Cả hai gia tộc họ Gersdorf và Zinzendorf là những người sống với quan điểm của Giáo hội Lutheran. Họ đi nhà thờ vài lần trong tuần, hát thánh ca và đọc Kinh Thánh mỗi ngày trong lâu đài. Bá Bá tước Baroness von Gersdorf đã khuyến khích Ludwig nên viết mấy bài thơ và thánh ca cho riêng mình. Bà cũng thường nhắc Ludwig nhớ về người cha đỡ đầu, là ông Philip Jacob Spener, một lãnh tụ vĩ đại của mấy người sùng đạo ở Đức, và August Franke, một lãnh tụ khác của những người sùng đạo, thường đến thăm lâu đài và thích cầu nguyện với Ludwig.

Vấn đề là mấy người mà Ludwig gặp đều là những Cơ Đốc nhân mạnh mẽ. Cho nên, chẳng có gì ngạc nhiên khi lớn lên cậu cứ nghĩ mấy đứa con trai đều biết cầu nguyện, hát thánh ca và đọc Kinh Thánh. Ludwig có một đức tin đơn sơ nơi Đức Chúa Trời. Cậu thường viết xuống mấy lời cầu nguyện của mình trên mảnh giấy nhỏ, rồi sau đó ném qua những ô cửa sổ trên lầu, rải những miếng giấy đó bay theo gió để Đức Chúa Trời đọc. Chẳng có điều gì khiến cậu nghi ngờ việc Đức Chúa Trời sẽ đọc và đáp lời cầu nguyện của mình.

Cũng chính lúc Ludwig cầu nguyện và đọc Kinh Thánh mà toà lâu đài thoát khỏi một vụ lục soát một ngày nọ vào năm 1706. Cậu bé Ludwig sáu tuổi đang ngồi đọc Kinh Thánh và cầu nguyện như mọi khi, thì cánh cửa toà lâu đài Gross-Hennersdorf bị mở toang và một vài binh sĩ Thụy Điển xông vào. Lúc này, người Thụy Điển đã chiếm đóng thành phố Saxony, một khu vực nhỏ của người Đức, là nơi Ludwig sinh sống, lính Thụy Điển đi qua các khu nông thôn để thu gom nhu yếu phẩm từ các nơi. Ludwig ngước lên nhìn mấy tên lính xông vào lâu đài rồi tiếp tục cầu nguyện và đọc Kinh Thánh. Những tên lính dừng lại và sửng sốt nhìn cậu. Ludwig cứ tiếp tục cầu nguyện, thì vài phút sau, bọn lính liền quay đầu bỏ đi.

Hai phút sau, bà Bá tước Baroness von Gersdorf và dì Henriette chạy vào phòng. "Ludwig! Ludwig! Chúng ta được an toàn. Cháu đã nói gì với bọn lính vậy?", bà vừa nói vừa thở hổn hển. "Họ bỏ đi và nói rằng không thể lục soát lâu đài vì Đức Chúa Trời đang canh giữ chỗ này".

Ludwig tỏ ra khó hiểu. "Cháu chỉ ngồi đọc Kinh Thánh và cầu nguyện thôi mà", cậu nói.

Vừa vò mái tóc nâu của cháu, bà Bá tước vừa hỏi: "Cháu có sợ không?", bà hỏi.

"Không, thưa bà", Ludwig trả lời. "Cháu đang đọc tới chỗ gió bão cũng phải vâng lời Chúa Jêsus, chính điều đó làm cháu thấy được yên ninh".

"Đúng rồi", bà đồng ý. "Đức Chúa Trời có thể gìn giữ chúng ta khỏi nguy hiểm. Chúng ta nên kể lại cho mẹ cháu nghe vào tuần tới".

"Mẹ cháu sắp đến à?" Ludwig hỏi, tỏ ra rất vui.

"Đúng vậy", bà Bá tước trả lời. "Bà sắp sửa nói với cháu thì bọn lính ập tới. Mẹ cháu gửi cho bà một lá thư. Fredrick và Susanne cũng đến nữa".

Trái tim nhỏ bé của Ludwig đập thình thịch. Fredrick

và Susanne là hai đứa em cùng cha khác mẹ. Ludwig là con một sau khi cha tái hôn lần thứ hai. Khi cha qua đời, hai đứa con đầu phải đến sống với chú Otto von Zinzendorf, trong khi Ludwig sống với mẹ cho đến khi bà tái hôn.

Bây giờ, cậu đang sống với bà, Ludwig lúc nào cũng muốn gặp lại mẹ. Cậu rất vui mỗi khi mẹ về thăm, ngay cả lần này, và cậu vẫn thấy vui trong những lần sau đó – cho đến khi mẹ gửi thư nói rằng sẽ dẫn cậu đi khỏi chỗ này. Đó là khi Ludwig được mười tuổi và lần này cậu cảm thấy sợ khi mẹ về thăm. Bà và mẹ đã cùng quyết định cho cậu đi học trường nội trú ở thành phố Halle, cách đó 120 dặm. Mặc dù hai người phụ nữ ấy đã đồng ý rằng đó sẽ là chỗ tốt cho Ludwig đi học, thì cậu Otto là người kiểm soát tài chính của gia đình Zinzendorf không bằng lòng với quyết định đó. Đối với ông, Halle là cái lò đào tạo ra mấy người sùng đạo, tức là mấy người tin Chúa nhấn mạnh việc biết và kinh nghiệm Đức Chúa Trời trong lòng của họ. Cậu Otto lại muốn gửi cậu đến học ở trường dòng của Giáo hội Lutheran để được đào tạo theo hướng truyền thống và thần học của nhà thờ. Cuối cùng thì, bà và mẹ của Ludwig đã áp đảo cậu Otto và cậu cũng đồng ý chi trả tiền học phí cho Ludwig học ở Halle. Thế là, vào ngày 5 tháng 8 năm 1710, mẹ của Ludwig đến đưa cậu đi khỏi lâu đài của bà.

Khi chiếc xe ngựa đưa cậu, mẹ và người giám hộ, là Christian Hohmann, đi qua vùng nông thôn của Saxony đến Halle, Ludwig cảm thấy hoang mang, không biết chuyện gì sẽ xảy ra tại nơi mà cậu sắp sửa đến. Cuối cùng thì mấy lời của mẹ làm tan biến sự trầm tư của cậu.

"Mẹ chắc là con sẽ thích ở Halle. Có rất nhiều điều thú vị ở đó. Giáo sư Franke đang làm rất nhiều thứ bên cạnh việc mở ra Paedagogium, là ngôi trường mà con sắp sửa đến học".

"Ông còn làm gì nữa ạ?" Ludwig hỏi.

"Ông mở trường mồ côi, một ngôi trường dành cho trẻ em nghèo và một tiệm in ấn xuất bản Kinh Thánh. Ở đó còn có vườn bách thảo và nhà thuốc nữa. Mẹ chắc là con sẽ thích nơi đó", mẹ cậu nói. "Sống ở nông thôn cùng với bà đương nhiên là vui rồi, nhưng bây giờ đã tới lúc con cần trải nghiệm cuộc sống ở đô thị. Sau này, khi con lớn lên, con sẽ phục vụ trong cung điện hoàng gia ở Dresden, giống như cha của con vậy".

Ludwig không muốn đón nhận sự nhiệt tình của mẹ. Tất cả những gì cậu nghĩ được lúc này đó là mình không còn được sống với bà, với dì Henriette, với bầu không khí ấm áp trong gia đình Cơ Đốc ấy nữa, một gia đình giải quyết mấy vụ cãi cọ bằng sự cầu nguyện và sự tha thứ. Cậu cố gắng an ủi chính mình bằng suy nghĩ ngôi trường của vị giáo sư August Franke là một trường Cơ Đốc. Cậu hy vọng rằng cuộc sống ở đó cũng sẽ êm đềm như ở toà lâu đài của bà.

Tiếng xe ngựa kêu cổng cộc suốt đoạn đường lát đá sỏi ở Halle. Qua ô cửa sổ, Ludwig nhìn ngắm thị trấn sẽ trở thành mái ấm mới của mình. Thật tàn nhẫn khi so sánh với lâu đài Gross-Hennersdorf. Những ngôi nhà cao to nằm san sát nhau trải dài trên con đường, người ta xuất hiện ở mọi nơi, không có nhiều cây cối. Không còn khu rừng và bãi cỏ xanh mướt mà cậu thích dạo chơi quanh toà lâu đài nữa. Để làm cho vấn đề thêm tệ hại, thì một trận mưa xối xả liền xuất hiện, làm cho mọi thứ trở nên ẩm ướt và nặng nề. Cuối cùng, chiếc xe ngựa dừng trước một toà nhà bằng đá, màu xám, rất to. Người hầu giúp Ludwig và mẹ cậu xuống khỏi xe ngựa rồi dẫn vào bên trong, giáo sư Franke đang đợi ở tiền sảnh.

"Nữ Bá tước Natzmer, thật tuyệt vời khi được gặp bà", vị giáo sư lịch sự nói.

Mẹ của Ludwig nhún nhẹ đầu gối chào. "Cám ơn, ông Franke. Đây là con trai của tôi, Bá tước Nicolaus Ludwig von Zinzendorf. Ông đã gặp cháu trước đây tại lâu đài của mẹ tôi".

August Franke khẽ nghiêng người chào và bắt tay Ludwig. "Thật vinh hạnh gặp lại cháu lần nữa. Ta sẽ làm hết sức trong khả năng để cháu thấy thoải mái ở đây".

"Rất vui được gặp lại ông Franke", Ludwig lễ phép nói.

"Còn đây là người giám hộ của Ludwig, ông Christian Hohmann. Đây là người dạy tiếng La-tinh và tiếng Pháp rất giỏi, tôi chắc là ông sẽ thấy người này hữu ích", nữ Bá tước nói.

Ludwig nhìn người giám hộ cúi chào giáo sư Franke. Mẹ cậu nói có người giám hộ đi cùng con trai của gia đình quý tộc đến trường nội trú là chuyện bình thường. Christian Hohmann sẽ giúp dạy cho mấy đứa con trai trong trường, nhưng ông ta sẽ ở chung phòng và để mắt đến việc học của Ludwig.

"Tôi sẽ phải đi ngay", mẹ của Ludwig nói. "Nếu tôi còn ở đây thì sẽ không tốt cho thằng bé. Nhưng trước khi đi, tôi muốn nói với ông một điều. Con trai tôi là một cậu bé rất nhạy bén và thông minh, nhưng vẫn còn phải được gò ép nhiều hơn nữa, nếu không thì thằng bé sẽ tỏ ra kiêu ngạo và ỷ lại".

Giáo sư Franke gật đầu, còn Ludwig thì cảm thấy đỏ mặt vì lời nhận xét của mẹ. Cậu cảm thấy mắc cỡ vô cùng khi có hai đứa con trai lớn tuổi hơn đứng kế bên nghe hết mọi chuyện. Hai đứa ấy nhìn nhau cười.

Đúng như những gì Ludwig đã lo lắng, mấy lời nhận xét của mẹ nói với giáo sư Franke đã truyền đi khắp cả trường. Chẳng bao lâu sau, mấy đứa con trai bắt đầu chế giễu cậu. "Thằng bé thông minh tự mãn kìa!", chúng cười cợt. "Coi chừng nó đấy. Hai chữ kiêu ngạo hiện lên trên mặt nó kìa".

Mỗi khi Ludwig đi ngang, bọn học sinh cứ thì thầm và ra dấu báo hiệu cho nhau. Mấy lần bọn con trai ngáng chân cậu nơi hành lang, làm cho mớ sách rơi tứ tung trên nền đá cẩm thạch. Cậu nhanh chóng nhặt chúng lên để kịp vào lớp, nhưng cậu bị trễ tới hai lần. Giáo sư không nghe lời giải thích của cậu nữa, còn Ludwig thì cảm thấy nỗi cắn rứt chạy dài nơi sóng lưng. Lần khác, một đứa học sinh rắc tiêu vào tô canh của cậu, khi Ludwig ho sặc sụa và làm thức ăn vung tung toé, cậu bị phạt đứng bên ngoài phòng ăn cho tới hết giờ ăn trưa.

Lần đầu tiên, Ludwig nhận ra cậu thật nhỏ bé và yếu

đuối. Ở toà lâu đài, chiều cao khiêm tốn và chứng đau phổi khi tập thể dục của cậu đều không phải là vấn đề, nhưng ở trường thì cậu liên tục bị trêu chọc vì chiều cao nhỏ bé của mình.

Tất cả những gì xảy ra là một cú sốc đối với cậu bé mười tuổi, vốn đã quen sống trong tình yêu thương và sự chấp nhận của người thân. Chẳng có gì phải ngạc nhiên khi vài tuần sau đó, Ludwig trở nên sợ hãi mỗi khi rời khỏi giường vào buổi sáng. Người giám hộ của cậu không muốn can thiệp vào. Thật ra anh ta còn làm cho mọi thứ tệ hơn. Khi Ludwig phàn nàn với người giám hộ về mấy đứa con trai to xác ăn hiếp mình, thì Christian trả lời rằng: "Cậu xứng đáng chịu như thế. Bà không thể bảo vệ cậu đâu! Đây là lúc phải tỏ ra cứng rắn và đừng cư xử như cậu ấm nữa".

Ludwig cảm thấy nước mắt dồn lại trong khoé mi, nhưng ông Hohmann vẫn chưa nói xong. "Tôi luôn cho rằng bà ấy đã quá bảo bọc cậu, mà nếu cậu có kể lại điều tôi vừa nói, thì tôi sẽ cho bà ấy biết cậu là đứa lười học".

Ludwig hoảng sợ. Cậu phải tìm sự giúp đỡ ở đâu? Chuyện gì sẽ xảy ra nếu mấy đứa con trai to xác không đe doạ nữa mà đánh cậu thì sao? Có ai tin rằng cậu là đứa vô tội chăng? Cậu không tìm được câu trả lời nào cả.

Giáo sư Franke không phải là người có thể giúp đỡ cậu. Ông ta đã tin mấy lời dối trá của Christian nói Ludwig là đứa lười biếng. Thường thì khi ăn trưa, mấy đứa con trai ngồi ăn cùng giáo sư. Chúng ngồi theo thứ tự của tầng lớp xã hội, và vì học sinh nào thuộc tầng lớp sùng đạo từ đế quốc La Mã, được xem là hạng quý tộc cao nhất tại Đức, Ludwig được ngồi ngay bên cạnh giáo sư Franke. Nhưng vị trí vô cùng vinh dự này lại chẳng làm cậu thấy thoải mái. Suốt bữa ăn, vị giáo sư liên tục phạt Ludwig, cố gắng chỉ ra những điều mà cậu không biết. Đôi khi, để làm rõ điều ông nói, vị giáo sư bắt Ludwig đeo lỗ tai lừa đứng phạt ngoài đường với một tấm biển đeo trên cổ ghi là "lười như lừa".

Ludwig phải sống trong tình trạng lo sợ và bị sốc. Bầu không khí tại trường Paedagogium, ngoài việc là trường Cơ Đốc, thì nơi đây hoàn toàn khác với lâu đài của bà cậu. Đối với cậu, ngôi trường không phải là thiên đàng trên đất mà là địa ngục trần gian. Mặc dù bị đối xử thô lỗ, Ludwig không để cho hoàn cảnh hạ gục mình. Buổi tối khi nằm trên giường suy nghĩ về những cách xử sự bất công mà cậu phải chịu cả ngày, cậu lẩm bẩm một mình bằng tiếng La-tinh mấy câu "Nỗi xấu hổ này sẽ không hạ gục tôi. Ngược lại, tôi sẽ vùng dậy".

CHƯƠNG 3
HỘI HẠT CẢI

Sau khi Ludwig chịu đựng sự bắt nạt của mấy đứa con trai gần hai năm, thì chuyện này bắt đầu dịu xuống. Cuộc sống nội trú ở trường dần dần được cải thiện hơn với cậu, mặc dù vẫn còn nhớ nhà và không có bạn thân. Vào năm 1712, Christian không còn là người giám hộ nữa mà thay vào đó là Daniel Cristenius. Daniel là một học giả có tài và cũng là một người thầy giỏi, nhưng anh ta lại gặp chút vấn đề với quan điểm của mấy người sùng đạo và thường trút bỏ nỗi thất vọng của mình về những quan điểm đó lên Ludwig. Herr Cristenius đã mắng nhiếc Ludwig khi cậu đang cầu nguyện hay đọc Kinh Thánh, nhưng Ludwig vẫn kiên trì tiếp tục. Ludwig cũng tìm được vài đứa bạn trong số mấy đứa con trai không bắt nạt mình. Dưới sự thôi thúc của cậu, vài đứa con trai ít nổi tiếng ở trường bắt đầu hình thành một nhóm cầu nguyện. Hễ khi nào và bất cứ lúc nào có được cơ hội lánh xa mấy đứa con trai khác và đôi mắt dòm ngó của Daniel, thì cả bọn xúm lại cầu nguyện với nhau.

Một buổi trưa vào năm 1712, Ludwig vẫn ngồi ngay bên cạnh Giáo sư Franke. Đối diện cậu là người đàn ông mới đến thăm giáo sư.

"Cho phép tôi giới thiệu với các em đây là Bartholomaus Ziegenbalg", Giáo sư Franke nói với tất cả học trò đang chờ dùng bữa trưa. "Ngài Ziegenbalg là sinh viên tốt nghiệp trường Đại học Halle, bây giờ đang làm giáo sĩ cho tổ chức Danish-Halle ở Ấn Độ".

Hai lỗ tai của Ludwig vểnh lên khi nghe thấy câu nói của giáo sư. Một giáo sĩ! Cậu chưa hề gặp một người giáo sĩ bằng xương bằng thịt đang làm việc ở hải ngoại bao giờ. Ngay khi bữa ăn được dọn lên, Ludwig tự giới thiệu về mình với Bartholomaus. "Xin hãy kể cho em nghe công tác giáo sĩ của anh", cậu yêu cầu một cách từ tốn.

Lúc đầu Bartholomaus tỏ vẻ ngạc nhiên trước việc một cậu bé chỉ mới mười hai tuổi lại hứng thú với công tác mà anh đang làm, nhưng anh ta nói ngay vào vấn đề chính.

"Tôi, cùng với một người tên là Heinrich Plutschau, đang làm việc tại Tranquebar về phía khu vực dọc bờ biển Đông Nam của Ấn Độ. Ấn Độ khác xa châu Âu. Ngôn ngữ, thức ăn, con người, thời tiết – mọi thứ đều khác biệt. Người Tamil đang đáp ứng lại với sứ điệp cứu rỗi một cách chậm rãi nhưng chắc chắn".

Bartholomaus hít thật sâu, còn Ludwig thì ngồi chồm tới trước để được nghe nhiều hơn nữa.

"Nhưng chúng tôi đang gặp tình trạng thoái trào. Công ty Đông Ấn Dannis đang nghi ngờ công việc của chúng tôi. Họ muốn chúng tôi để yên cho người dân sinh sống và họ đã khiến mọi thứ trở nên khó khăn hơn. Họ đã ném tôi vào nhà lao. Nhưng chúng tôi vẫn tiếp tục. Hội thánh vẫn tăng trưởng, chúng tôi đã chuyển ngữ Kinh Thánh Tân Ước sang tiếng địa phương".

"Vậy là anh rất giỏi tiếng địa phương, phải không? Có phải là tiếng Tamil?" Ludwig hỏi.

"Đúng vậy. Tamil là thứ tiếng khó hiểu đối với người châu Âu, nhưng tôi đã tìm cách học". Bartholomaus liền nói vài câu trong tiếng Tamil.

Ludwig cảm thấy rất ấn tượng. Cậu càng ngạc nhiên hơn khi nghe có người đáp lại bằng tiếng Tamil. Lần theo giọng nói, ánh mắt của Ludwig bắt gặp một người đàn ông Ấn Độ đang ngồi phía bên kia bàn. Ludwig vô cùng tập chú vào cuộc đối thoại với Bartholomaus đến nỗi không để ý tới người đàn ông kia. Thế là cậu bắt đầu quan sát người ngoại quốc đầu tiên cậu được gặp trong đời. Người đàn ông này có ngoại hình trung bình, bận đồ màu trắng, có màu da và tóc đen như cục than. Ludwig không thể rời mắt khỏi anh ta.

"Đó là một trong những người được cải đạo đầu tiên và cũng là một người rất có ích cho công tác của chúng tôi", Bartholomaus nói khi thấy Ludwig chăm chú nhìn người Ấn Độ.

Ludwig ngồi say mê suốt bữa trưa, lắng nghe tất cả những gì Bartholomaus nói về việc làm giáo sĩ ở Ấn Độ.

Khi giờ ăn trưa kết thúc, cậu nóng lòng muốn gặp anh bạn người Thụy Sĩ tên là Frederick von Watteville.

"Frederick, tôi đã có một cuộc trò chuyện tuyệt vời vào giờ ăn trưa với Bartholomaus Ziegenbalg. Anh ta có nhiều câu chuyện hay về cuộc sống ở hải ngoại. Anh có thấy anh chàng người Ấn Độ đi cùng với anh ta không?"

Frederick gật gù, còn Ludwig thì tiếp tục luyên thuyên về những gì mình nhận được.

"Tôi muốn đưa ra lời hứa nguyện ngày hôm nay", Frederick nói rất nghiêm túc khi Ludwig vừa nói xong, "Tôi hứa nguyện từ ngày hôm nay sẽ làm hết sức mình để nói về Chúa cho người khác".

Ludwig gật đầu đồng ý. "Tôi sẽ làm với cậu. Có lẽ, cùng với nhau chúng ta sẽ làm được nhiều hơn là làm một mình".

"Chắc chắn rồi", Frederick cũng đồng ý, vỗ vai Ludwig. "Tất nhiên là chẳng nghi ngờ gì chuyện một trong hai đứa mình sẽ làm giáo sĩ. Đoán thử xem gia đình của chúng ta sẽ nói gì!"

Ludwig gật gù buồn bã. Ngay cả khi cậu được một người phụ nữ sùng đạo nuôi dưỡng, nhưng tương lai của cậu đã được định sẵn hết rồi. Giống như Frederick vậy, cậu là đứa con trai của một gia đình quý tộc. Khi học xong, cậu sẽ tiếp tục học đại học rồi kiếm một chỗ trong cung điện hoàng gia Saxony. Frederick cũng đi con đường tương tự ở Thụy Sĩ.

"Dù chúng ta không đi được, chúng ta có thể kiếm người nào có thể ra đi và giúp họ đạt được điều đó", Frederick nói.

"Phải, được đấy!" Ludwig đáp, nghĩ đến những cách có thể giúp đỡ giáo sĩ ra đi khi cậu đã lớn tuổi. "Chúng ta phải nhắc nhở nhau lời kết ước ngày hôm nay và cùng nhau đạt được điều này".

Khi Frederick và Ludwig chia sẻ với mấy người bạn của mình là Anton Walbaum, Georg von Sohlenthal và Johannes von Jony, về lời hứa nguyện của mình thì họ cũng cảm thấy hào hứng theo. Ludwig chộp lấy cơ hội này, rồi nhanh chóng hình thành một nhóm anh em gồm năm người. Cả bọn con trai này là nhóm nòng cốt hình thành nên cái gọi là "Hội Hạt Cải". Ludwig chọn cái tên này theo như phân đoạn trong Kinh Thánh mà Chúa Jêsus phán về hạt cải là rất nhỏ nhưng lại lớn lên thành một cây rất to. Cái tên rất hợp lý, vì cả bọn chỉ là mấy đứa con trai mới có mười hai và mười ba tuổi, với những ao ước vĩ đại, muốn gửi đi các giáo sĩ khắp nơi trên thế giới.

Vào tháng 6 năm 1713, Ludwig không khoẻ nên đã quay trở lại lâu đài Gross-Hennersdorf. Cậu có lồng ngực yếu ớt và có thể di căn thành bệnh phổi. Bà Bá tước Baroness von Gersdorf lo lắng cho cậu, đặc biệt là do cha và ông nội của Ludwig đều qua đời khi gần được 40 tuổi, họ là những người sống thọ hơn những người đàn ông khác trong gia đình họ Zinzendorf.

Trong khi cậu đang phục hồi sức khoẻ, Ludwig vẫn tiếp tục việc học của mình dưới sự chỉ dạy của người giám hộ. Cuối cùng, vào tháng chín, cậu đã đủ sức khoẻ để quay trở lại trường Halle, mặc dù không thích mấy chuyện quay trở lại. Cũng vì tòa lâu đài của bà là một nơi vô cùng ấm áp và khích lệ.

Trở lại trường nội trú Paedagogium, Ludwig đã học chăm chỉ. Cậu đã sớm đọc được Tân Ước bằng tiếng Hy Lạp và cũng rất thích tiếng Hy Lạp cổ nữa. Cậu cũng thích tiếng La-tinh và nói tiếng Pháp trôi chảy như nói tiếng Đức bản địa vậy. Thêm vào đó, cậu đã tìm thấy thơ ca là niềm vui và đã sáng tác rất nhiều bài thơ, một vài bài thơ kéo dài đến tận ba trăm câu. Đến cuối năm học tại trường Paedagogium, Ludwig và bạn của cậu là Johannes đã hoàn tất các khoá học. Nhưng vì họ còn quá trẻ để bước vào trường đại học, nên đã có một lớp học đặc biệt được thiết kế để học về khoa học, triết học và thần học.

Những ngày cuối cùng ở trường Paedagogium đã kết thúc, Ludwig rời khỏi trường Halle vào tháng 4 năm 1716, tự tin rằng cậu sẽ quay lại vào mùa thu để học đại học. Nhưng điều đó đã không xảy ra. Khi cậu trở về toà lâu đài của bà, Ludwig biết được rằng cậu Otto đã đăng ký cho mình học trường Đại học tại Wittenberg. Đối với cậu của Ludwig, trường Đại học Halle là một nơi quá thiên về người Phổ. Còn trường Đại học ở Wittenberg là của người Saxon và là nơi duy nhất thích hợp để chuẩn bị một chàng trai trẻ đã được định sẵn một cuộc đời phục vụ nhà vua của Saxony.

Ludwig thất vọng trước quyết định của cậu mình, nhưng cậu biết là không nên phàn nàn về điều đó làm gì. Ngạc nhiên hơn nữa là khi cậu kể với bà chuyện trường Đại học Wittenberg, thì bà đồng ý ngay lập tức. "Đã tới lúc cháu cần được giáo dục đúng với địa vị xã hội của mình", bà nói với cậu. "Vài năm nữa cháu sẽ trở thành ông tổng thư ký, giống như cha của cháu ngày xưa, nên cháu phải biết cách sống đạo đức và quản lý các vụ việc của nhà nước thật đàng hoàng".

Ludwig dành cả mùa hè ở Gross-Hennersdorf để đọc sách ở phòng thư viện của bà Bá tước, đạp xe ra miền nông thôn, viết thơ, lắng nghe người giám hộ dạy và đi bộ thật lâu với dì Henriette.

Mùa hè cũng tới hồi kết thúc, còn thời gian bắt đầu trường đại học đã đến gần. Ludwig và người giám hộ, là Daniel, đến thăm cậu Otto, ông là người đã viết mấy lời chỉ dẫn để cậu biết cách cư xử tại Wittenberg. Cậu của Ludwig cũng bày tỏ mong đợi của mình đối với người cháu trai khi học ở trường đại học. Ngoài ra, Ludwig còn phải tập thể dục hàng ngày và tham dự các lớp dạy khiêu vũ và đánh kiếm. Cậu phải đi ngủ điều độ và đi nhóm thờ phượng tại nơi công khai chứ không được tập trung ở mấy chỗ hội họp tôn giáo bất hợp pháp. Thông điệp của cậu Otto rất rõ ràng: Ludwig phải tự khiến mình bận rộn, học cách cư xử như một Bá tước, và không dự phần vào hoạt động tôn giáo nào khác ngoài Giáo hội Lutheran. Ludwig thấy vui vì cậu Otto chưa biết gì về Hội Hạt Cải. Nếu biết được thì ông ấy sẽ vô cùng nóng giận.

Vào tháng 8 năm 1716, Ludwig và Daniel, là người được giao cho trách nhiệm đảm bảo những chỉ dẫn của cậu Otto đều được tuân theo, tiến về thành phố Wittenberg. Họ đến nơi vào ngày 25 tháng 8. Đó là chuyến đi đầu tiên của Ludwig đến thành phố, cậu ló đầu ra ngoài cửa sổ chiếc xe ngựa bốn bánh để xem thử nơi đã có ảnh hưởng lớn đến Cơ Đốc giáo tại châu Âu trông như thế nào.

Chiếc xe ngựa đi qua một nhà thờ lớn, một nhà thờ thời trung cổ bằng đá đã khai sinh ra người Tin Lành. Đó là chỗ mà vị tu sĩ Saxon tên là Martin Luther, rồi sau đó trở thành giáo sư tại trường Đại học Wittenberg, đã đóng chín mươi lăm luận đề lên cửa nhà thờ để thách thức những hoạt động và giáo lý của Hội thánh Công Giáo La Mã. Trong khi hành động ấy tạo ra một nỗ lực cải cách Hội thánh Công Giáo La Mã, thì cuối cùng dẫn tới việc hình thành nên Giáo hội Lutheran và nhiều hệ phái Tin Lành rải rác khắp châu Âu. Ludwig nhìn vào Hội thánh với vẻ chiêm ngưỡng. Trong vài tuần tới, thành phố Wittenberg sẽ tổ chức kỷ niệm hai trăm năm ngày Martin Luther đã có một hành động dũng cảm, còn mọi người sẽ phải bận rộn lau dọn, sắp xếp lại nhà thờ và toà nhà nhân dịp ngày lễ.

Cuối cùng, Ludwig cũng đã tới trường đại học và được dẫn đến chỗ ở mới của mình. Cậu sẽ ở chung với gia đình Burgomaster Keil, ở đó cậu có được căn phòng riêng và một nơi vừa có chỗ học vừa có giường ngủ. Cậu cũng có một người giúp việc mỗi khi cần. Tất cả đều rất tao nhã, thích hợp với một người có địa vị xã hội như Ludwig. Để chăm chút cho căn phòng của mình, Ludwig đã mang theo rất nhiều khung ảnh mạ vàng, trong đó có cả hình của mấy ông vua của Prussia và Ba Lan, Nga hoàng, ông của cậu là von Gersdorf, và ông cố của cậu nữa. Khi người giúp việc đã treo những bức ảnh lên tường trong phòng khách và phòng học, thì Ludwig liền cảm thấy như đang ở nhà.

Chẳng bao lâu sau, Ludwig bắt đầu bận rộn với những chỉ dẫn của người cậu đã nói với mình, mặc dù cậu vẫn có thời gian viết thư bằng tiếng Đức, tiếng Pháp, tiếng Hy Lạp và tiếng La-tinh. Cậu cũng học về triết học, phép tắc của Hội thánh, luật phong kiến và ngôn ngữ, nhưng cậu cảm thấy tiếng Hy Bá Lai rất khó khăn. Cậu cũng chẳng thích gì môn toán. Cậu Otto đã cấm cậu không được học thần học vì họ chỉ khuyến khích "quan tâm đến tôn giáo" mà thôi. Tuy vậy, hễ khi nào rảnh rỗi, Ludwig đọc các sách thần học và nghiên cứu Kinh Thánh bằng tiếng Hy Lạp.

Để theo kịp với việc học ở lớp, Ludwig phải chơi cầu lông, chơi cờ và chơi bóng, một trò chơi giống như chơi đá banh, có một quả bóng to tự thổi bằng da. Cậu cũng học các lớp dạy đánh kiếm và khiêu vũ như người cậu đã chỉ dẫn, nhưng cậu chẳng hứng thú gì mấy hoạt động này, vì cậu tin rằng việc đánh nhau hay khiêu vũ chẳng có giá trị gì cả. Cậu xem những hoạt động này đơn giản là để hoàn thành xong những yêu cầu của người cậu.

Ludwig dành hai tiếng đồng hồ mỗi ngày để cầu nguyện và tĩnh nguyện. Bằng cách nào đó, cậu vẫn còn giữ liên lạc với những người bạn cũ từ trường nội trú Paedagogiu ở Halle. Khi năm người viết thư qua lại cho nhau, Hội Hạt Cải tiếp tục được hình thành. Các thành viên trong hội đảm bảo giữ đúng lời dạy của Chúa Jêsus, bày tỏ tình yêu thương và sự tử tế với người lân cận, không cờ bạc, luôn tìm kiếm ích lợi cho người khác và hết lòng trong công tác cải đạo. Ludwig đã làm ra những chiếc nhẫn khắc mấy chữ: "Không ai sống cho riêng mình". Cậu gửi mỗi chiếc nhẫn cho từng người trong hội, cùng với một miếng vải ruy băng màu xanh thêu hình thập giá và một hạt cải.

Ở Wittenberg, Ludwig thấy mình trăn trở với những chuyện xảy ra trong Giáo hội Lutheran, giữa những người sốt sắng và những người theo truyền thống, là những người tỏ ra rất khắt khe đối với hoạt động và thần học của người Lutheran. Vì Halle là nơi trung tâm xảy ra phong trào của những người sốt sắng, còn Wittenberg là tổ ấm của những người theo truyền thống, cho nên Ludwig hiểu được sự khó khăn của cả hai. Cậu không thích nhìn thấy sự nói hành và thông tin lệch lạc khiến đôi bên không thể hiểu nhau.

Ludwig đã viết một quyển sách nhỏ với tựa đề là: *Suy tư về sự hoà thuận trong Giáo hội Lutheran*, được rất nhiều người đón nhận. Không lâu sau, chính cậu là người cố gắng sắp xếp một cuộc họp giữa August Franke và giáo sư Wernsdorf, một vị giáo sư thần học tại Wittenberg, với hy vọng chấm dứt cuộc tranh luận một lần và đủ cả. Đó là một hành động dũng cảm đối với một chàng trai chỉ mới mười tám tuổi, nhưng có điều gì đó khuấy động trong lòng Ludwig khiến cậu phải hành động. Cậu ghét nhìn thấy mấy người đàn ông Cơ Đốc cãi cọ về những vấn đề tôn giáo.

Khi mẹ của Ludwig biết được những điều cậu đang làm, bà cảm thấy kinh hãi. Chẳng bao lâu sau, Ludwig nhận được một lá thư từ người cha dượng, Field Marshall von Natzmer, cấm cậu không được làm bất kỳ điều gì nữa để hàn gắn sự rạn nứt trong Giáo hội Lutheran. Thật nực cười, người cha dượng viết cho cậu, một cậu bé mười tám tuổi thì có thể làm gì trước một nan đề khó khăn như thế. Từ bây giờ, Ludwig phải nhớ rằng cậu là một Bá tước, và là Bá tước thì không can dự vào những vấn đề Hội thánh. Vấn đề trong Hội thánh là chuyện của mấy người tu sĩ.

Ludwig không còn lựa chọn nào khác ngoài việc vâng lời cha dượng của mình, đặc biệt là người giám hộ, Daniel, thường dõi theo hành vi của cậu để báo cáo lại với gia đình. Thất vọng vì không thực hiện được kế hoạch, Ludwig từ bỏ mọi cố gắng để sắp xếp cuộc họp giữa hai người. Thế là, cậu dốc hết sức vào việc học và không lâu sau đã tốt nghiệp trường Đại học Wittenberg. Sau ngày lễ tốt nghiệp, Ludwig đã làm điều giống như các sinh viên giàu có khác thường làm lúc bấy giờ. Cậu đã dành một năm để khám phá châu Âu và để đào sâu thêm kiến thức cho mình.

CHƯƠNG 4
ECCE HOMO

Ludwig leo lên mấy bậc thang bằng đá tại phòng trưng bày tranh ảnh ở Dusseldorf. Người gác cửa cúi đầu chào, còn Ludwig thì gật đầu đáp lại. Đó là ngày 20 tháng 5 năm 1719, đây là lần trưng bày ảnh nghệ thuật thứ năm mà cậu đã tham dự kể từ khi bắt đầu chuyến đi từ tuần rồi. Ludwig đi dạo vòng quanh, ngắm xem mấy tác phẩm trưng bày. Tham gia chuyến du lịch châu Âu này cùng Ludwig là ông Riederer, người giám hộ mới và Fredrick, người em cùng mẹ khác cha. Buổi tham quan diễn ra bình thường, như những buổi tham quan trước, cho đến khi cậu đến trước một bức tranh. Vì lý do nào đó mà cậu cảm thấy bị thu hút vào bức tranh trước mặt mình. Cậu dừng lại và trầm ngâm một chút. Bức tranh có tựa đề là *Ecce homo* (Kìa! Đó Là Người) được hoạ sĩ Domenico Feti phác hoạ hình ảnh Chúa Jêsus đang đội mão gai trên đầu. Ở dưới bức tranh, vị họa sĩ đã viết vài chữ sau:

Ta làm điều này vì con.

Con đã làm chi vì ta?

Câu hỏi đã đánh động Ludwig. Dường như mấy chữ này treo lơ lửng trong suy nghĩ khi cậu nhớ lại những gì đã làm vì Chúa Jêsus. Câu trả lời quen thuộc xuất hiện trong tâm trí. Cậu đã rất yêu Ngài, đọc Kinh Thánh, cầu nguyện và hát thánh ca, nhưng dường như những điều này lại chẳng là gì cả so với những gì Chúa Jêsus đã làm khi Ngài chịu chết trên thập tự giá. Ludwig tự lặp lại câu hỏi cho mình: *Con đã làm chi vì ta?* Tâm trí của cậu quay trở lại phòng ăn trường nội trú Paedagogium ở Halle. Cậu nghĩ tới khoảng thời gian ngồi lắng nghe hết câu chuyện của Bartholomaus Ziegenbalg, người giáo sĩ từ Ấn Độ, đã chia sẻ. Đó là người đang sống và làm việc vì Chúa Jêsus!

"Con sẽ làm nhiều hơn nữa", Ludwig lặng lẽ hứa nguyện khi cậu đứng đối diện bức tranh ngay trước mặt mình. "Con sẽ không sống để tiếp tục đi mấy chuyến du lịch nhàn rỗi này nữa".

"Anh có muốn đi xem cho hết những ảnh trưng bày còn lại không? Fredrick hỏi, giọng của đứa em làm gián đoạn suy nghĩ của Ludwig. "Anh đứng ngắm bức tranh này mười lăm phút rồi đấy".

"Ồ, có chứ, anh nghĩ mình nên đi tiếp", Ludwig trả lời, nhìn lại bức tranh lần cuối.

Ludwig tiếp tục quan sát những tác phẩm nổi tiếng từ các họa sĩ người Hà Lan và Đức, nhưng cậu không thể quên đi cái ý tưởng phải làm điều gì đó vì Chúa Jêsus.

Chuyến du lịch tiếp tục đi qua Leipzig, Eisenach, Frankfurt am Main, Mainz rồi đến Utrecht của Hà Lan, là nơi Fredrick chào tạm biệt để trở về nhà. Sau đó, Ludwig nộp đơn học một khoá ba tháng tại trường Đại học của Utrecht, là nơi cậu học thần học và y khoa. Cho dù có rất nhiều điều cậu đã nhìn thấy và học được cho tới thời điểm này, không có điều nào khiến cậu thấy ấn tượng hay bị thách thức bằng bức vẽ *Ecce Homo*.

Cho dù đi tới đâu, vị Bá tước mười chín tuổi Ludwig von Zinzendorf đều được mời gặp những người có vị thế cao trong xã hội. Ở Amsterdam, cậu được mời ăn tối với hoàng tử xứ Orange, ngồi xe ngựa về nông thôn cùng với các công tước, rồi đến thăm những người quý tộc khác nữa. Nhưng tất cả đều làm cho Ludwig cảm thấy nhàm chán. Điều khiến cậu cảm thấy hào hứng đó là được gặp các giám mục và người tin Chúa bình thường đến từ các nhánh Cơ Đốc giáo. Cậu nói chuyện với những tín hữu thuộc Hội thánh Cải Chánh, các giáo chủ hồng y của Công Giáo La Mã, những người thuộc Giáo hội Lutheran, những tín đồ Memonite, những người thuộc Giáo hội Armenia, Anh giáo, những người theo chủ nghĩa huyền bí và những người sùng đạo Pietist ở mọi nơi đi qua. Cậu càng nói chuyện với họ về quan điểm tôn giáo khác nhau, cậu càng bị thuyết phục rằng họ sẽ tìm thấy rất nhiều điểm tương đồng nếu chịu dừng lại để lắng nghe nhau.

Khi cậu đi lại nhiều hơn, có hai suy nghĩ – con đã làm

chi vì ta và các tôn giáo Cơ Đốc có một điểm chung – cứ văng vẳng trong đầu của Ludwig cho tới khi hai suy nghĩ ấy hình thành nên một ý tưởng to lớn. Ngay trong chuyến du lịch châu Âu đắt tiền ấy, Ludwig đã tìm thấy khải tượng cho công tác cả đời của mình. Cậu có thể làm gì vì Chúa Jêsus? Điều đó trở nên quá rõ ràng với cậu ngay lúc này đây: cậu có thể dùng cuộc đời và tiền bạc của mình để đem *hết thảy* Cơ Đốc nhân vào trong một gia đình – một mối thông công có sự chấp nhận và bao dung trước những khác biệt của nhau.

Khi cậu và ông Riederer vừa đặt chân đến thủ đô Paris, Ludwig chỉ suy nghĩ được bấy nhiêu thôi. Cậu thực hiện đúng nghĩa vụ, đến thăm công tước Orleans, một viên chức người Pháp, và mẹ của ông ta là bà Dowager Duchess Charlotte Elizabeth, nhưng tấm lòng của cậu đang muốn tìm kiếm người nào có xu hướng được Ludwig gọi là "trái tim Cơ Đốc". Ludwig đã tìm gặp rất nhiều người Cơ Đốc tại Paris, bao gồm cả người đứng đầu Hội thánh Công Giáo La Mã ở đó là Đức Hồng Y Noailles. Lúc đầu, đức hồng y dành rất nhiều giờ để thuyết phục Ludwig về đạo Công Giáo, nhưng cuối cùng thì ông nhận thấy tại sao lại không đồng ý những điểm chung trong niềm tin mà lại lãng phí nỗ lực thuyết phục những quan điểm gây chia rẽ để làm gì. Ludwig cảm thấy rất vui khi tìm được một người nữa có tấm lòng yêu thương của Đức Chúa Trời và cậu đã mời Đức Hồng Y tham gia vào Hội Hạt Cải. Vị hồng y tỏ lòng biết ơn chấp nhận vinh dự ấy để trở thành người Công Giáo đầu tiên tham gia vào hội.

Người giám hộ cố gắng thuyết phục Ludwig đừng dành quá nhiều thời gian với mấy người tôn giáo đó. "Tôi nghe thấy những tin đồn kỳ lạ về cậu", người giám hộ nói với Ludwig. "Không ai hiểu nổi lý do vì sao cậu không chấp nhận những lời mời vào ngày Chúa Nhật".

"Những gì họ cần làm đó là hỏi tôi", Ludwig đáp. "Câu trả lời rất đơn giản. Tôi sẽ tiếp tục biệt riêng ngày Chúa Nhật để cầu nguyện và đọc Kinh Thánh vì ích lợi cho tấm lòng của tôi. Mặc kệ người ta nghĩ như thế nào".

"Một viên chức nghĩ rằng cậu là người Pietist sùng đạo, vì cậu không hề cờ bạc hay khiêu vũ với các quý cô tại nhà của ông ta", Herr Reiderer nói tiếp.

Ludwig cười. "Điều mỉa mai đó là mấy người Pietist sùng đạo không muốn tôi nhập hội đâu, vì tôi đã làm bạn với một vị hồng y! Tôi biết làm gì nữa đây?"

"Cậu có thể dành nhiều thời gian để đi săn và trò chuyện với mấy người cùng địa vị ấy", Ông Riederer trả lời cụt ngủn. "Để tôi có những báo cáo tốt hơn khi trở về Gross-Hennersdorf nữa chứ".

"Có thể lắm", Ludwig đáp, "nhưng tôi đâu còn đi học nữa, bà và mẹ đã nói là tôi có thể tìm thấy những điều thú vị trong chuyến du lịch mà. Nhắc mới nhớ, ông có từng đến bệnh viện Hotel Dieu chưa?"

"Chưa", ông Reiderer đáp.

"Chiều nay, ông nên đi với tôi. Đó là một bệnh viện rất tuyệt vời. Ở đó, họ đón nhận ngay cả những người nghèo khổ nhất. Mấy người Cơ Đốc đang điều hành bệnh viện là những người rất tận tụy nhé. Ông phải đến thăm nó. Tôi thích dành thời gian nói chuyện với những bệnh nhân và các bác sĩ ở đó".

Herr Riederer lắc đầu. "Cậu không hề nghe lấy một lời nào từ miệng tôi. Tôi thấy phải có ai đó đủ khả năng thuyết phục hơn tôi để lay chuyển kế hoạch của cậu".

Hai người ở lại Paris trọn một năm. Ludwig đã tận dụng cơ hội để học tiếng Anh và tiếng Pháp rồi học cưỡi ngựa nữa. Nhưng vào tháng 9 năm 1720, khoảng thời gian để Ludwig trở về nhà đã trôi qua. Kể từ lúc việc học chính thức của Ludwig đã hoàn thành xong, ông Riederer bỏ Ludwig ở lại Paris rồi đi thẳng về nhà ở Saxony. Ludwig chính thức không còn người giám hộ nữa. Cuối cùng thì cũng được sống một mình, nên cậu quyết định đi qua Thụy Sĩ trên đường về lâu đài của bà. Cậu định dừng lại tham quan các thành phố và thị trấn trên đường về, để gặp các lãnh đạo Giáo hội. Cậu cũng muốn đến thăm hai người chị của cha cậu nữa. Cả hai đều đã kết hôn và đang sống trong những gia đình quý tộc. Một người là nữ Bá tước ở Polheim, còn người kia là nữ Bá tước ở Castelle.

Trước đây, Ludwig đã từng gặp hai người dì, nhưng cậu lại thấy phấn khởi khi nghĩ đến chuyện sẽ gặp lại họ và gia đình của họ lần này lâu hơn. Đầu tiên, cậu đến thăm bà Bá tước ở lâu đài Castelle. Chồng của bà vừa mới qua đời, còn Ludwig muốn biết dì có cần mình giúp đỡ chuyện gì không. Không lâu sau, cậu nhận thấy dì có rất ít sự hiểu biết về việc quản lý tiền bạc và tài sản. Cậu bắt tay vào xử lý mấy quyển kê khai tài chính, rồi giúp dì hình thành một hệ thống dễ hiểu hơn.

Bà Bá tước ở Castelle có hai người con gái. Một trong hai người đó là nàng Theodora mười tám tuổi đã ở bên cạnh giúp đỡ Ludwig. Cậu tự nhủ rằng Theodora cần phải biết cách giúp đỡ mẹ của mình sau khi cậu xong việc. Nhưng cậu còn lý do khác nữa khi muốn cô ấy giúp đỡ cậu, một điều mà Ludwig cảm thấy khó thừa nhận với bản thân mình. Cậu đã thầm thương mến Theodora. Hoặc ít ra, cậu nghĩ là mình thương cô ấy. Thật khó nói chính xác vì trước giờ cậu không dành nhiều thời gian với các cô gái cùng độ tuổi với mình.

Nhiều tuần trôi qua, Ludwig bắt đầu bị thuyết phục rằng cô gái có đôi mắt đen xinh xắn kia sẽ là một cô dâu rất xinh đẹp. Cuối cùng thì cậu cũng lấy hết can đảm để nói chuyện với dì về chuyện này. Dì rất vui khi biết chuyện và đã hứa sẽ bàn bạc với Theodora.

Theodora tỏ vẻ e ngại trước toàn bộ sự tình, nhưng điều này không làm Ludwig bận tâm, cậu biết rõ mấy cô nàng sinh ra trong gia đình quý tộc không bao giờ tỏ ra hăm hở đối với chuyện cưới hỏi. Trong lúc mọi chuyện vẫn còn nóng hổi, Ludwig đã tuyên bố rằng cậu sẽ trở về nhà để nói chuyện với mẹ và bà, nếu họ chấp thuận thì cậu sẽ trở lại vào tháng Giêng để chính thức đính hôn.

Bây giờ, Ludwig đã có một lý do chính đáng để vội vã trở về nhà! Khi cậu về tới lâu đài vào cuối tháng mười một, cậu nhận ra nhiều thứ đã thay đổi khi vắng nhà. Bà của cậu đã yếu đi, nên người em của bà phải chuyển vào lâu đài sống để chăm sóc cho bà ấy. Dì Henriette đã coi sóc mọi tài sản của Gross-Hennersdorf và

Berthelsdorf. Henriette cũng đã mở ra một nhà trẻ mồ côi nhỏ và chỗ ở cho người nghèo tại Hennerdorf.

Mọi người rất vui khi gặp lại Ludwig. Bà của cậu có chút bất ngờ khi nghe về kế hoạch kết hôn với Theodora, nhưng bà đã chấp thuận và mẹ cậu cũng đồng tình khi đến thăm cậu vào dịp lễ giáng sinh.

Sau khi thu xếp mọi việc nhanh nhất có thể, Ludwig đã leo lên xe ngựa tiến về Black Forest để chính thức cầu hôn Theodora. Tất cả đều suôn sẻ cho đến khi họ tới gần con sông Elster, chiếc xe ngựa phải băng qua dòng suối gần Ebersdorf. Khi chiếc xe ngựa đi được nửa dòng nước lạnh như băng, thì đột nhiên một cú xốc xảy ra làm cho miếng gỗ bị gãy. Chiếc xe ngựa đảo sang trái, khiến người đánh xe ngựa ngã xuống dòng nước lạnh cóng, bỏ lại Ludwig đang nằm dài ra trên sàn xe. Dòng nước lạnh bắt đầu thấm qua cửa xe, Ludwig liền trèo ra ngoài và lội vào bờ. Khi ngoảnh nhìn lại thì mới rõ chuyện gì đã xảy ra. Chiếc xe ngựa đụng phải một tảng đá lớn trên sông, bánh xe bên trái bị gãy. Bấy giờ, chiếc xe ngựa bị mắc kẹt ngay giữa dòng nước.

Người đánh xe ngựa không biết phải làm gì, Ludwig nhớ là họ vừa đi qua một toà lâu đài cách đó không xa. Cậu tháo ngựa ra khỏi xe rồi phi nước đại để tìm sự trợ giúp. Điều ngạc nhiên là cậu tìm thấy toà lâu đài thuộc về gia đình Reuss. Ludwig đã từng gặp một trong những người con của gia đình Reuss, là Bá tước Henry Reuss, khi còn ở Paris. Bá tước Henry cũng đang đi du lịch giống như Ludwig và cả hai chàng trai trẻ đã nhận thấy họ có rất nhiều điểm tương đồng.

Ngay sau khi Henry biết Ludwig đang gặp chút rủi ro, cậu sai mấy người đầy tớ đến kéo chiếc xe ngựa ra khỏi dòng nước, rồi đem về tòa lâu đài để sửa chữa.

Bữa tối hôm đó, Ludwig ngồi ăn tối với Henry, mẹ của Henry và em của cậu ta là Erdmuth. Khi họ đang ăn tối cùng nhau thì có một câu chuyện đã làm thay đổi cuộc sống của Ludwig và Henry. Henry là người nảy ra đề tài đó.

"Bây giờ, khi chuyến đi du lịch đã kết thúc, mẹ tôi nghĩ đã đến lúc tôi phải kết hôn!", cậu ta vừa cười vừa nói.

"Thế đã hỏi ai chưa?" Ludwig đáp.

Henry gật đầu. "Một vài thiếu nữ có vẻ thích hợp. Để xem, mẹ tôi có đưa ra vài gợi ý, nhưng tôi muốn chọn nữ Bá tước Theodora von Castelle".

"Ồ", mẹ của Henry xen vào, "mẹ nghĩ chúng ta phải bỏ cô ấy ra khỏi danh sách. Cô ấy không còn độc thân nữa rồi". Bà cười tỏ vẻ biết chuyện của Ludwig.

Ludwig cảm thấy lỗ tai của mình ửng đỏ lên. Theo như cậu biết thì chẳng có ai ngoài gia đình biết về chuyện hứa hôn ấy, mà cậu không hề biết người bạn Henry của mình cũng muốn ngỏ lời cưới Theodora.

Cuộc nói chuyện rẽ sang hướng khác, nhưng câu nói của Henry cứ vang lên trong tâm trí của Ludwig. Cậu cố gắng nhớ lại chính xác Theodora đã nói gì với mình khi tạm biệt nhau. Cô ấy có cảm thấy vui về chuyện kết hôn như cậu không? Hay là vì quá vui nên cậu đã không chú ý đến vẻ miễn cưỡng của cô ấy? Chuyện gì nếu cô ấy đã yêu Henry và không biết nói với cậu thế nào? Những suy nghĩ ấy cứ giày vò cậu, cho đến sáng hôm sau Ludwig biết mình phải làm gì.

"Henry", cậu nói chuyện khi hai người đang đi xuống mấy bậc cầu thang làm bằng đá để tới chỗ ăn sáng, "tôi có chút chuyện phải nói với cậu. Tôi đang trên đường đến lâu đài Castelle để chính thức đính hôn với nữ Bá tước Theodora".

"Nhưng mà", Henry lắp bắp, "làm sao cậu biết cô ấy?"

"Cô ấy là chị họ của tôi", Ludwig đáp, "nhưng đó không phải là chuyện tôi muốn nói".

"Vậy thì là chuyện gì?" Henry hỏi, tỏ vẻ khó hiểu và lúng túng.

"Tôi không thể đính hôn với cô ấy khi biết rằng cậu đang để ý đến nàng mà không biết cô ấy nghĩ sao về cậu. Nếu cô ấy cũng để ý cậu giống như cậu đang nghĩ về cô ấy, thì tôi sẽ vui lòng lùi lại đằng sau để cho tình yêu thực sự xảy ra".

"Cậu đang nói gì vậy?" Henry hỏi khi dừng lại dưới chân cầu thang.

"Tôi đang nói là", Ludwig nói lại thật chậm rãi, "cậu phải đi cùng tôi đến lâu đài Castelle và chúng ta sẽ hỏi Theodora xem cô ấy muốn cưới người nào".

"Không, tôi sẽ không làm vậy nếu cậu đã hẹn trước với cô ấy", Henry lên giọng.

"Còn tôi sẽ không muốn tiếp tục kế hoạch của mình cho đến khi biết chắc đó cũng là điều cô ấy muốn. Thế nên vấn đề đã rõ. Ngay khi xe ngựa sửa xong, chúng ta sẽ cùng nhau lên đường".

Thế là cả hai cùng đi. Hai chàng thanh niên đến lâu đài Castelle và cùng gặp Theodora đang rất ngạc nhiên. Ludwig giải thích với cô ấy chuyện gì đã xảy ra, còn cô ấy khóc thừa nhận rằng mình đã thầm yêu Henry một thời gian, nhưng lại không dám nói với Ludwig.

"Vậy là đã rõ", Ludwig nói. "Ý muốn Chúa được nên. Tôi chúc hai người được hạnh phúc".

Vào ngày 9 tháng 3, một buổi lễ chính thức diễn ra tại Hội thánh để công bố sự đính hôn giữa nữ Bá tước Theodora và Bá tước Henry Reuss. Ludwig không những vượt qua chuyện buồn mà còn viết một bản nhạc để biểu diễn trong buổi đính hôn. Cậu bỏ về sớm sau khi buổi lễ kết thúc, được nhìn thấy người chị họ hạnh phúc, nhưng không phải với cậu.

Tất cả mọi chuyện khiến Ludwig phải dừng lại suy nghĩ một cách nghiêm túc. Cậu quyết định không tìm vợ nữa mà cầu nguyện và chờ đợi Đức Chúa Trời sẽ đem tới người phụ nữ thích hợp với mình. Trong lúc đó, cậu đã rất bận rộn với nhiều việc.

Ludwig nhớ lại, từ nhiều năm trước, mình rất muốn trở thành một mục sư của Giáo hội Lutheran, và chuyến đi vòng quanh châu Âu đã khiến cậu chắc chắn hơn về tiếng gọi của mình. Chỉ có một vấn đề. Bà và mẹ của cậu không hề ủng hộ ý kiến này. Vì một Bá tước, đặc biệt là một trong những người có địa vị cao như Ludwig, trở thành Mục sư có nghĩa là phải hạ thấp địa vị của mình. Không có cách nào để tìm được sự ủng hộ của bà và mẹ trong chuyện này. Một Bá tước có thể trở thành người bảo trợ cho công việc Hội thánh, nhưng không bao giờ có chuyện trở thành mục sư của Giáo hội. Để đeo đuổi tiếng gọi của mình, đồng nghĩa với việc Ludwig sẽ không nghe theo lời họ, và đó là một việc mà lương tâm của cậu không cho phép. Cậu tự nhắc bản thân nhớ lại điều răn thứ năm là "hãy hiếu kính cha mẹ ngươi" và đó là điều cậu phải làm.

Chính vì thế, Ludwig làm theo điều ước của bà cậu và trở thành một cố vấn viên trong cung điện của Augustus, vua của Saxony. Đây là một vị trí quan trọng, đòi hỏi Ludwig phải chuyển tới sống ở Dresden. Tuy nhiên, dù là một cố vấn viên trong triều đình, Ludwig vẫn dành hết thì giờ rảnh rỗi và cả ngày Chúa Nhật để đọc, cầu nguyện và viết lách.

Vào tháng 5 năm 1721, Ludwig đến tuổi trưởng thành để tiếp nhận di sản mà cha để lại cho cậu. Đó là một khoản tiền lớn, sau khi đã cầu nguyện và suy nghĩ kỹ, Ludwig quyết định mua lại số tài sản của bà tại vùng Berthelsdorf.

Số tài sản ấy bao gồm một ngôi làng cổ, một Hội thánh Lutheran, một vài nông trại và nhiều thứ khác nữa. Ludwig hy vọng rằng một ngày nào đó cậu có thể khiến số tài sản này trở thành một cộng đồng Cơ Đốc nhỏ. Khi cậu nhìn về phía ngọn đồi đầy cây cối và những thung lũng là số tài sản của mình, cậu không biết rằng mình đang đứng trên một mảnh đất mà một ngày nào đó sẽ khiến cậu trở nên nổi tiếng – giống như một kẻ sống ngoài vòng pháp luật.

CHƯƠNG 5
HERRNHUT

Ludwig chọn Johann Heitz, một người đàn ông Thụy Sĩ mộ đạo, làm quản gia số tài sản mới toanh của mình, rồi vào tháng 4 năm 1722 ông lại chọn John Rothe làm mục sư của Giáo hội Lutheran cho giáo xứ Berthelsdorf. Vào buổi phong chức, ông nói với John rằng: "Tôi đã mua số tài sản này là vì tôi muốn sống với người nông dân và chinh phục linh hồn của họ cho Đấng Christ. Cho nên, Rothe ơi, đây là vườn nho của Chúa. Anh sẽ thấy tôi là một người anh em và người hỗ trợ chứ không phải là ông chủ đâu".

Không lâu sau khi John được phong chức, ông đi cùng một người bạn là Christian David để giới thiệu với Ludwig. Christian lớn hơn Ludwif mười tuổi và được sinh ra ở Moravia, một khu vực cách Saxony khoảng hai trăm dặm về phía Đông Nam. Vào lúc hai mươi bảy tuổi, Christian đã tiếp nhận Chúa khi còn ở Gorlitz, Saxony.

Sau khi cải đạo, Christian đã bắt đầu giảng lưu động

về tới Moravia, là nơi ông đã gặp nhiều Cơ Đốc nhân bị bắt bớ, họ là những người thuộc về nhóm có tên là Unitas Fratrum, hay còn gọi là Hội Anh Em. Ludwig chưa hề nghe về nhóm nhỏ này trước kia và nóng lòng muốn biết thêm. Christian kể cho ông ta nghe rằng Unitas Fratrum đã lập nền từ những lời dạy dỗ của Nhà cải chánh Jan Hus, người đã bị thiêu sống như một kẻ tà giáo ở Prague vào năm 1415. Mặc dù hội này đã thường xuyên bị bắt bớ từ lúc mới hình thành, nhưng sau khi Cuộc Cải Chánh xảy ra thì họ bị giáo hội Công Giáo bắt bớ càng nhiều hơn nữa.

"Thưa Bá tước Zinzendorf", Christian bắt đầu xưng hô đầy trang trọng: "nhóm Cơ Đốc nhân tự xưng mình là Hạt Ẩn đang tìm kiếm một chỗ nương thân để tiếp tục sống với niềm tin của họ, mà không bị ngăn cấm bởi các nhà lãnh đạo tôn giáo. Tôi được biết là anh có thể giúp mấy người này có chỗ ở tại vùng Berthelsdorf".

Ludwig nhớ lại lời hứa nguyện mà ông đã tuyên bố cùng Hội Hạt Cải. Ông đã hứa nguyện rằng sẽ đối xử tốt với những người anh em của mình. Ngay lúc này đây, ông đang nghe thấy sự chà đạp và bắt bớ xảy ra với một nhóm anh em Cơ Đốc. Ông còn làm gì được hơn ngoài việc đồng ý?

"Tôi sẽ cho họ đến ở tại vùng đất này, còn Chúa Jêsus sẽ ban cho họ sự yên nghỉ", Ludwig nói với Christian.

Ludwig không hề nghĩ ngợi thêm về cuộc nói chuyện với Christian. Công việc ở Dresden đã chiếm quá nhiều thì giờ của ông. Vị thủ tướng liên tục khiến ông bận rộn với các cuộc thương lượng dàn xếp về đất đai cho người dân. Nhưng dẫu công việc có trở nên bộn bề đến thế nào, thì cũng bắt đầu quen thuộc hơn, nhiều tháng trôi qua khiến Ludwig cảm thấy nhàm chán với công việc. Ông liên tục tự nhắc nhở bản thân rằng ông đang bày tỏ lòng hiếu kính đối với mẹ và mấy lời di chúc của bà, rồi một ngày nào đó Đức Chúa Trời sẽ ban cho ông điều lòng mình ao ước. Để giúp bản thân vượt qua giai đoạn khó khăn này, ông đã viết những bài thánh ca để bày tỏ nỗi lòng của mình. Ông vô cùng tâm đắc một bài thánh ca có tựa đề là "Chúa Jêsus vẫn dìu dắt". Trong bài thánh ca viết rằng:

Jêsus ơi, hãy dắt dìu đến khi tôi được yên nghỉ;
Dù đường đi có lắm buồn rầu,
Tôi vẫn bình tịnh bước theo không nao sờn.
Xin tay Ngài dìu dắt tôi
Về nơi thiên quốc.
Đường đi dẫu có buồn thảm,
Kẻ thù có đến gần,
Chớ để sợ hãi khiến tôi yếu đức tin;
Chớ để tôi tuyệt vọng và bất tín,
Tai họa có nhiều ra sao.
Tôi vẫn cứ tiến về thiên quốc.

Đối với Ludwig, cuộc sống ở Dresden gần như không có gì vui vẻ và luôn ảm đạm, ngoại trừ một điều khiến

ông cảm thấy hứng chí – đó là những buổi nhóm vào
chiều Chúa Nhật. Buổi nhóm thường diễn ra ngay tại nhà
của ông, bắt đầu vào lúc ba giờ chiều rồi kéo dài tận bốn
tiếng sau mới kết thúc. Dù là nông dân hay quý tộc cũng
đều được chào đón, cả những người đang đi tìm chân lý
và những người đã tiếp nhận Chúa Jêsus. Ludwig
hướng dẫn mọi người đọc Tân Ước, cầu nguyện và thảo
luận về các đề tài tôn giáo cùng với nhau. Mặc dù
Ludwig rất thích nói về những vấn đề thuộc linh, thì đây
là lần đầu tiên ông thực sự có cơ hội để lắng nghe mọi
người từ tầng lớp hạ lưu trong xã hội. Mặc dù họ không
biết tiếng Hy Lạp, Hy Bá Lai, hay La-tinh, nhưng Ludwig
đã ấn tượng trước nhận thức của họ về Kinh Thánh. Với
việc nhận ra rằng mọi người, giàu hay nghèo, có học hay
thất học, quý tộc hay phú nông, đều có thể đóng góp
vào buổi nhóm đã khiến Ludwig kinh ngạc, thích thú và
truyền cảm hứng cho ông vượt qua những tuần lễ
ảm đạm.

Mặc dù ít có cơ hội đến thăm Berthelsdorf thường
xuyên, nhưng Ludwig đã rất vui khi biết mọi thứ đang
diễn ra rất tốt tại đó. Ông chắc rằng Johann Heitz và
John Rothe là những người thích hợp với công việc
quản lý và đáp ứng nhu cầu thuộc linh trong vùng đất
của mình. Cả hai đều là những người giỏi viết thư, nên
họ cũng thường xuyên cập nhật tình hình đang diễn ra
tại vùng đất cho Ludwig.

Vào đầu tháng 6, Ludwig nhận được một lá thư từ
Johann báo cáo rằng Christian đã quay trở về từ Moravia

cùng với gia đình Neisser. Ludwig ngạc nhiên trước cách làm việc của nhanh chóng của Christian. Ông cứ nghĩ là phải mất rất nhiều tháng để các Cơ Đốc nhân nào di chuyển từ Moravia đến vùng đất của ông.

Johann cũng báo cáo là anh đã để riêng ra một phần đất cách ngôi làng khoảng chừng một dặm dành cho những người mới đến ở. Anh đã chọn chỗ này vì nó nằm trên trục đường giao thương, nối liền Lobau và Zittau. Vì anh em nhà Neisser là thợ dao kéo, chuyên chế tạo và sửa chữa dao cùng các dụng cụ nông trại khác, nên Johann nghĩ rằng nơi tốt cho họ để làm nghề này là ở gần nơi khách vãng lai thường đi qua.

Địa điểm mà những người di cư từ Moravia sẽ ở lại sinh sống gọi là Hutberg, hay Watch Hill, và trong sự hào hứng của mình, Johann nói với Ludwig rằng anh đã đặt tên chỗ đó là Herrnhut. Giải thích cho việc đặt tên này, anh ta viết:

Cầu xin Chúa ban ơn để danh tiếng của ông được xây trên ngọn đồi Hutberg, đó là một thị trấn không chỉ ở dưới Sự quan phòng của Chúa [Herrn-hut], mà tất cả cư dân tại đó cũng tiếp tục được Chúa coi sóc, hầu cho nơi đó không hề có sự im lặng dù ngày hay đêm.

Nhiều ngày trôi qua, Ludwig thấy mình nghĩ ngợi càng nhiều về những người di cư ở Herrnhut. Họ sẽ sinh sống thế nào suốt mùa hè ẩm ướt bất thường thế này?

Họ có làm quen với người dân đang sống ở Berthelsdorf không? Hơn nữa là tương lai của họ sẽ như thế nào đây?

Ludwig cũng nghĩ về tương lai của chính mình. Ông đã chấp nhận việc không kết hôn với Theodora, nhưng ông vẫn còn muốn lập gia đình. Tuy vậy, lần này, ông cầu nguyện nhiều hơn trước khi hỏi cưới ai đó.

Người phụ nữ xuất hiện trong đầu ông là nữ Bá tước Erdmuth Reuss, em của Bá tước Henry Reuss là người đã kết hôn với Theodora. Ludwig đã từng trò chuyện một chút với nàng khi đến thăm Ebersdorf lần đầu tiên. Ông đã trở lại đó vài lần để thăm Henry và Theodora. Trong những lần đó, ông nhận ra mình có sự mong đợi được gặp Erdmuth. Cô ấy là một phụ nữ quyến rũ có vóc dáng cao ráo, đôi lông mày cong và một gương mặt trái xoan. Nàng có sự thông minh, giống bà và mẹ của ông, nhưng điều khiến Ludwig thích nhất đó là cô ấy sống với đức tin của mình. Đó là lần duy nhất mà ông đã tìm thấy một người có tiếng ngoan đạo hơn cả chính mình! Erdmuth và người chị Benigna nổi tiếng với những việc làm tin kính tuyệt vời trong cách đối xử với những người làm trong lâu đài, cũng như sự tử tế của họ đối cùng bạn bè và khách lạ.

Tất cả những đặc điểm này đã khiến Ludwig vô cùng ấn tượng, còn ông đã chắc chắn tìm thấy cô dâu trong mộng của mình. Ông viết thư cho mẹ của Erdmuth để bày tỏ thành ý muốn cưới con gái của bà. Cố gắng bày tỏ lòng chân thành hết mức về tương lai mù mịt của mình và tấm lòng muốn sống cho Chúa, ông viết rằng:

Tôi đã thấy trước nhiều khó khăn trong việc này: tôi là một người kém cỏi đối với bất kỳ người nào, còn nữ Bá tước Erdmuth không chỉ cùng tôi sống một cuộc đời phải từ bỏ cái tôi của mình, mà còn cùng tôi thực hiện ý định quan trọng, đó là giúp người khác nhận được sự cứu rỗi nơi Chúa Jêsus, trong sự hổ thẹn và đáng trách, tôi không biết nữ Bá tước có muốn đi cùng tôi chăng.

Chính Erdmuth viết thư lại nói rằng nàng đã sẵn sàng đi cùng Ludwig để làm bất kỳ việc gì mà ông cảm thấy được thôi thúc. Đây là một sự nhẹ nhõm lớn đối với Ludwig, thế là một đám cưới được định sẵn vào ngày 7 tháng 9 năm 1722. Cả hai người kết hôn ngay dưới sân tại lâu đài Reuss ở Ebersdorf. Ludwig đã được hai mươi hai tuổi, còn Erdmuth được hai mươi mốt tuổi.

Đôi vợ chồng mới cưới ở lại Ebersdorf vài tuần sau lễ cưới trước khi quay về Dresden, là nơi Ludwig tiếp tục nhiệm vụ cố vấn viên tại hoàng cung. Ludwig và Erdmuth thuê một căn hộ từ người thị trưởng của thành phố và gây dựng gia đình. Bà Bá tước Baroness von Gersdorf đã gửi cho đôi vợ chồng đồ nội thất đắt tiền để làm quà cưới. Bà cũng gửi tới một lá thư cho Erdmuth, chào đón nàng vào trong gia đình và hy vọng bà sẽ sớm được gặp nàng.

Không lâu sau, vào ngày 2 tháng 12 năm 1722, Ludwig được thảnh thơi khỏi công việc tại toà án để trở về Berthelsdorf cùng với vợ mới cưới của mình. Ông muốn dành mùa giáng sinh với gia đình và cũng xem qua kế hoạch xây dựng lâu đài cho ông và Erdmuth. Người bạn cũ và cũng là thành viên Hội Hạt Cải của ông là Frederick von Watteville đột nhiên đến thăm Dresden, thế là ông cùng đi với họ.

Những cây thông to cao và mấy cây sồi phủ bóng mát trên đoạn đường cả ba người đang đi đến Berthelsdorf. Lúc gần tới nơi, mặt trời đã lặn và bóng tối đổ xuống trên cả đoàn. Tiếp tục đánh xe tới trước, Ludwig để ý thấy một tia sáng xuyên qua rừng cây dày đặc.

"Dừng lại", Ludwig nói với người đánh xe ngựa. "Tôi muốn tìm hiểu một thứ". Rồi ông quay sang Erdmuth và Frederick. "Thấy ánh sáng le lói ở trong rừng kia không? Nếu tôi không lầm, thì đó là ngôi nhà mà gia đình Neisser mới chuyển đến từ Moravia. Chúng ta hãy tìm đường đi đến nhà họ".

Ludwig leo xuống khỏi xe ngựa rồi đi bộ tới phía trước một quãng không xa. Trăng tròn đã lên cao khỏi khu rừng để giúp ông thấy rõ đường đi.

"Đây rồi", Ludwig nói, ra hiệu cho hai người kia. Rồi ông nói với người đánh xe ngựa rằng: "Anh ở đây. Chúng tôi sẽ không đi lâu đâu".

Erdmuth và Frederick đi theo sự hướng dẫn của Ludwig vào trong khu rừng lạnh giá cho tới khi đến ngôi nhà gỗ hai tầng. Ludwig gõ cửa. Ông liền nghe thấy tiếng bước chân chạy ra, một cậu bé khoảng bảy tuổi mở cửa. Ánh mắt của thằng bé mở to khi nhìn thấy bộ quần áo sang trọng của Ludwig.

"Chào anh bạn nhỏ", Ludwig nói, vỗ nhẹ đầu thằng bé.

Một phụ nữ đến sau cậu bé khẽ nhún gối chào khi nhìn thấy ba người.

Kế đó, tất cả đều đã ngồi bên cạnh lò sưởi. Augustine và Martha Neisser giới thiệu về mình, rồi tới lượt người anh của Augustine là Jacob và vợ là Anna cùng đứa con trai của họ là Wenzel.

"Tôi nghĩ anh chị còn mấy đứa nữa", Ludwig nói. "Có lẽ là hai đứa sinh đôi phải không?"

Jacob nắm lấy tay vợ mình. "Chúng tôi đã có mấy đứa con, thưa ngài", anh ta đáp. "Nhưng Chúa lấy làm đẹp ý mà cất hai đứa sinh đôi đi vào tháng rồi, tuần trước đứa con gái Anna ba tuổi của chúng tôi bị bệnh nặng vì có nước trong phổi và đã không qua khỏi".

"Tôi thật sự tiếc khi nghe về điều này", Erdmuth nói. "Thật là khó để chấp nhận những chuyện đã xảy ra, nhưng xin ý muốn Chúa được nên".

"Phải", Jacob đồng ý. "Ngay cả khi chúng tôi đã trải qua nhiều gian khó, chúng tôi chắc rằng Chúa đã dẫn chúng tôi tới đây. Tôi sẽ không ra khỏi ngôi nhà gỗ này mà không nghĩ tới mấy lời mà ông tôi là George Jaeschke đã nói. Khi ông nhìn thấy tử thần đến gần mình mười lăm năm trước, ông đã nhóm cả gia đình lại và nói điều này với chúng tôi: 'Đúng là chúng ta đã mất đi sự tự do, còn dòng dõi của chúng ta đang mở cửa đón tiếp thần của đời này . . . Dường như sự kết thúc của Hội Anh Em đã gần kề. Nhưng, hỡi con cái yêu dấu của cha, các con sẽ thấy sự giải cứu lớn. Những kẻ còn sót lại sẽ được cứu. Điều đó xảy ra thế nào thì ta không thể nói được, nhưng có gì đó mách bảo ta rằng sẽ có một sự di cư và một chỗ ở mới sẽ được mở ra, tại đó các con sẽ hầu việc Chúa mà không sợ hãi theo như Lời Ngài. Hãy coi chừng khi sự di cư bắt đầu, các con là những người đầu tiên đi ra. Đừng chờ cho tới lượt cuối cùng. Hãy nhớ điều ta đã nói cùng các con".

Ludwig được cảm động hết sức khi nghe thấy mấy lời đó. "Mọi người được chào đón ở nơi này và hãy thực hành tín ngưỡng của mình mà đừng sợ hãi gì", ông nói. "Bây giờ, tôi muốn cầu nguyện cho gia đình".

Nói xong ông quỳ xuống sàn nhà bằng gỗ. Mỗi người trong nhà liền nhanh chóng làm theo, còn Ludwig thì cầu nguyện xin Chúa bảo vệ và dẫn dắt gia đình này, họ đã trải qua quá nhiều thứ.

Ngày hôm sau, Christian và Johann chỉ cho Ludwig và Frederick thấy kế hoạch phát triển Herrnhut. Christian tỏ ra vui sướng đến nỗi không thể kiểm soát lời nói. Anh ta nói đến một thành phố lớn xuất hiện trên những ngọn đồi, đường sá rộng thênh thang, sân nhà được lát thẳng thớm, nào là thư viện, trường học, bệnh viện và nhà in nữa.

Ludwig nghĩ thầm rằng kế hoạch hầu như là sự tưởng tượng điên rồ của Christian. Ông không chắc những người di cư khác sẽ đến sống cùng gia đình Neisser. Tuy nhiên, Ludwig không nghĩ tới tấm lòng của Christian muốn đưa những người Tin Lành ra khỏi cơn bắt bớ, mà họ đang phải đối diện trong tay của đám quý tộc.

Christian quay trở về Moravia để giục những thành viên còn lại trong gia đình Neisser đến sống với anh em của mình tại Herrnhut. Mười tám người nữa hành hương dưới màn đêm nguy hiểm mà chẳng có gì ngoài mấy bộ đồ trên lưng cùng vài miếng bánh mì. Tin đồn về những gì Christian làm đã lan đi rất nhanh, không lâu sau anh nhận được tin ngôi nhà của mình đã bị đốt trụi bởi sự trả thù giận dữ của những người Công Giáo. Nhưng điều này không làm cho anh chùn bước; mà ngược lại, anh đã đi từ thị trấn này đến thị trấn khác thúc giục mọi người bỏ trốn với mình.

Ludwig và Erdmuth phải quay về Dresden, nhưng mấy lá thư từ Johann đã cập nhật cho Ludwig biết những người mới đến ở Herrnhut và rất nhiều câu chuyện trốn thoát đầy ly kỳ của họ. Vài người bị bắt ngồi tù rồi sau đó nhận thấy xiềng xích bị bẻ gãy, hay cửa phòng đã khoá tự động mở ra. Một người bị tống giam ở lâu đài kia thấy những sợi dây thừng đã được giấu trong xà lim, rồi dùng nó để leo ra từ tầng thứ ba xuống mặt đất. Những câu chuyện này khiến Ludwig rùng mình. Những hy sinh của họ và nhiều câu chuyện trốn thoát kỳ diệu đã nhắc ông nhớ lại sách Công vụ Các sứ đồ.

Johann cũng gửi đến các báo cáo thường xuyên về những vấn đề khác, bao gồm cả tiến độ xây dựng lâu đài đang từng bước hình thành. Nhiều người di cư mới đến đã được tuyển vào dự án làm thợ gỗ và thợ nề.

Cuối cùng, vào tháng 8 năm 1723, sau nhiều lần trì hoãn, lâu đài Zinzendorf đã sẵn sàng. Ludwig rời khỏi cung điện vào mùa hè, ông và Erdmuth đã nhanh chóng đến Berthelsdorf chiêm ngưỡng ngôi nhà mới của họ, một lâu đài đồ sộ, hình vuông, bốn lầu, mà Ludwig đặt tên là Bethel. Ở cửa ra vào, Ludwig đã cho khắc dòng chữ bằng vàng:

> Chúng tôi ở đây như khách trọ:
> Cho nên nhà này chẳng đẹp hay vĩnh cửu.
> Cũng phải: chúng tôi đã có ngôi nhà khác
> Ở thiên đàng nơi mọi thứ cũng khác đi.

Bên cạnh mấy chữ này, là những câu Kinh Thánh được chạm trổ: Xa-cha-ri 9:12 và 2 Cô-rinh-tô 5:1-2.

Ludwig không để mất tấm lòng tin kính đầy nhiệt huyết của mình khi ông còn ở Dresden. Kỳ thực, điều ngược lại đã xảy ra. Ludwig càng chứng kiến cuộc sống của hoàng gia, ông càng muốn được dự phần vào công việc Chúa. Giờ đây, sau khi ông trở lại Berthelsdorf vài tháng, ông đã bắt tay vào thực hiện những kế hoạch của mình.

Để làm điều này, Ludwig thấy mình cần những người kết ước sẽ giúp đỡ ông. Giống như ông đã làm khi còn là sinh viên ở Paedagogium, ông mời những người khác tham gia cùng. Ba người mà ông mời tới đó là Frederick von Watteville, đã ở với Ludwig từ giáng sinh vừa rồi; John Rothe, vị mục sư của Berthelsdorf; Melchior Schaeffer, vị mục sư của giáo khu kế bên. Những người này tự xưng mình là Hội Bốn Anh Em, bản thân họ và vợ của họ đã hứa nguyện sống thánh khiết, khích lệ người khác làm điều tương tự, đấu tranh cho sự phấn hưng, xuất bản tài liệu Cơ Đốc và mở trường Cơ Đốc.

Sau khi đã kết ước với nhau, Hội Bốn Anh Em bắt tay vào làm việc. Họ thuê một thợ in tên là Gottlieb Ludwig và chuẩn bị mở xưởng in ở Berthelsdorf. Tuy vậy, đây là một việc khó khăn. Điện Saxon không hề khuyến khích bất kỳ người nào, ngay cả thành viên của hoàng gia, trong việc xuất bản tài liệu để đọc, họ đã cấm Ludwig không được mở xưởng in bất kỳ đâu tại Saxony.

Tuy vậy, bốn anh em không dễ bị đánh bại, họ lên kế hoạch mở xưởng in tại Ebersdorf dưới sự che chở của Bá tước Henry Reuss. Ebersdorf nằm trong tỉnh Kostritz, không phải thuộc Saxony, còn những người cai trị Kostritz không hề phản đối việc mở xưởng in trong địa hạt của họ.

Nhiều kế hoạch cũng được phát triển như trường học từ thiện và trường học dành cho các bé gái ở Berthelsdorf. Những ngôi trường này được xây dựng nhờ món quà rộng rãi của phu nhân Johanna von Zezschwitz, là người Frederick đã kết hôn không lâu sau khi bắt đầu công trình.

Ludwig vẫn còn kế hoạch khác. Ông muốn xây trường học giống như Paedagogium cho các con trai của giới thượng lưu. Ba người kia đồng ý với ông, nên vào ngày 12 tháng 5 năm 1724, mọi người ở Berthelsdorf đến tại công trình để chứng kiến Ludwig đặt viên đá đầu tiên xây trường học và lắng nghe ông chia sẻ một bài giảng. Đó là ngày cực kỳ quan trọng và thật đúng như vậy. Nhưng sự kiện quan trọng nhất lại chẳng liên quan gì đến việc đặt viên đá đầu tiên, mà là việc năm người lạ mặt xuất hiện trên ngọn đồi vào lúc buổi lễ vừa bắt đầu. Năm người này đã làm thay đổi số phận của cộng đồng ở tại Herrnhut mãi mãi.

CHƯƠNG 6
ĐAU ĐỚN TĂNG DẦN

"Chào Bá tước Zinzendorf. Tôi là Melchior Zeisberger".

"Tôi là John Toltschig".

"Tôi là David Nitschmann".

"Còn tôi là David Nitschmann".

"Tôi cũng là David Nitschmann".

Mỗi người tiến lên phía trước rồi cúi chào khi tự giới thiệu về mình.

Ludwig quan sát vẻ mặt của mấy người này để xem thử họ đang muốn đùa giỡn gì đây. Làm thế nào mà ba người lại có trùng tên như vậy được?

Người giới thiệu tên David Nitschmann đầu tiên có như đã nhận thấy sự bối rối của Ludwig. "Chúng tôi đều có tên là David Nitschmann", anh ta nói. "Có thể sẽ dễ hơn cho ông nếu nhớ David này là thợ mộc, còn David kia là thợ dệt". Anh ta chỉ hai người tên David Nitschmann khác khi nói.

"Cám ơn", Ludwig đáp lời. "Giờ thì, các anh phải cho

tôi biết tại sao lại đến đây. Các anh có đi theo Christian David không?"

"Không hẳn", David Nitschmann thợ dệt đáp. "Chúng tôi bỏ trốn khỏi Zauchenthal, Moravia, và trên đường đi đến Lissa, Ba Lan, ở đó vẫn còn dòng dõi của những người từ Hội thánh Unitas Fratrum đã sinh sống nhiều thập kỷ trước. Khi Christian đi qua thị trấn của chúng tôi và kể với chúng tôi về Herrnhut, chúng tôi quyết định đến đây để tận mắt nhìn thấy nơi này trên đường đi".

"Chúng tôi rất mừng đón tiếp các anh", Ludwig đáp. "Tuy nhiên, tôi phải xin lỗi. Chúng tôi đang bắt đầu buổi lễ cung hiến. Xin ở lại dự lễ với chúng tôi".

Buổi lễ được bắt đầu ngay sau đó. Mọi người hát vài bài thánh ca, sau đó Ludwig chia sẻ bài giảng của ông và cầu nguyện dâng lên viên đá đầu tiên. Trong lúc cầu nguyện ông lặp đi lặp lại rằng: "Xin Chúa ban phước nếu công trình này có ích cho Ngài, nhưng hãy huỷ diệt nó ngay bây giờ nếu đây chỉ là kế hoạch và ý tưởng của con người".

Khi buổi lễ kết thúc, Ludwig trò chuyện nhiều với năm chàng trai trẻ vừa đến từ Zauchenthal.

"Chúng tôi rất cảm động vì lời cầu nguyện của ông", Melchior nói. "Rõ ràng Chúa đang ở cùng mọi người".

"Chúng tôi hy vọng là vậy, hoặc là mọi thứ sẽ trở nên vô ích", Ludwig đáp. "Bây giờ, hãy cho tôi biết về các anh".

Năm người đều là con trai của một gia đình giàu có. Họ kể với Ludwig về những tháng vừa qua, họ đang dẫn dắt một cuộc phấn hưng Tin Lành trong thị trấn của mình. Nhưng cuối cùng thì mọi thứ trở nên gay go, năm người bị đưa đến gặp quan toà, là cha của John Toltschig. Vị quan toà lệnh cho năm người chấm dứt những buổi nhóm và phải bắt chước những người trẻ khác đang sống trong thị trấn là những người không hề quan tâm đến tôn giáo, mà chỉ biết nhảy múa và ăn chơi ở những quán rượu tại địa phương. Quan toà cũng cảnh cáo họ không được trốn khỏi Moravia để tìm một nơi tự do tín ngưỡng nào ngoài kia. Quan toà còn nói rằng những người có thẩm quyền đang dòm ngó những ai cố thoát khỏi địa hạt này vì những lý do tôn giáo, còn những người trẻ sẽ chịu phạt nặng nề nếu bị bắt gặp cố tình bỏ trốn. Song, sau khi đối diện với quan toà, năm người không còn lựa chọn nào khác ngoài việc bỏ trốn. Thế là đêm hôm sau họ đã ra đi.

Khi ông nghe thấy câu chuyện, Ludwig thuyết phục năm người trẻ này ở lại Herrnhut thêm vài ngày. Năm người chấp nhận lời mời, rồi vài ngày sau xin Ludwig cho phép họ sống ở Herrnhut lâu dài. Họ giải thích rằng mọi thứ mà họ muốn tìm kiếm ở Ba Lan đều có ở Herrnhut và họ muốn trở thành một phần của cộng đồng này. Ludwig vui lòng đồng ý đón nhận họ ở lại.

Cuối cùng, Ludwig và Erdmuth phải rời khỏi cộng đồng đang tăng trưởng ở Berthelsdorf để quay trở lại Dresden, là nơi mà Ludwig một lần nữa phải tiếp tục trách nhiệm của mình trong cung điện. Một sự kiện hạnh phúc đã phá tan sự chán nản của Ludwig sau khi trở lại Dresden, đó là sự chào đời của Christian Ernst von Zinzendorf, mà Erdmuth đã hạ sinh vào ngày 7 tháng 8 năm 1724. Ludwig đã viết thư cho Johann Heitz để báo tin vui. Còn lá thư mà ông nhận được hoàn toàn không hề vui vẻ.

Cộng đồng ở tại Herrnhut, đã được tới chín mươi người, đang trong cảnh hỗn loạn. Đầu tiên, những người di cư đều làm việc để giúp đỡ nhau và chia sẻ cho nhau. Nhưng giờ đây, Johann thuật lại rằng, mỗi người đều giữ làm của riêng. Có quá nhiều thứ tiếng và quá nhiều hệ phái đang sinh sống ở Herrnhut đã tạo ra sự bất đồng. Một hoạt động truyền thống khi có người mới di cư đến: ai đó sẽ thổi kèn và cả cộng đồng nhóm lại thành hình vuông, để chào đón và giúp đỡ người mới đến. Nhưng không còn như vậy nữa. Ludwig đọc thấy không còn ai đến thổi kèn nữa. Thay vào đó, những người di cư mới đến thường bị chất vấn và mọi người nói rằng họ không được chào đón, rồi không còn đủ chỗ ở hay việc làm nên tốt hơn những người mới hãy đi chỗ khác. Ao ước của Ludwig là một cộng đồng có tình yêu thương Cơ Đốc đã nhanh chóng biến thành ác mộng.

Vào tháng 11 năm 1724, Ludwig biết rằng ông đang đối diện với khủng hoảng. Mọi thứ diễn ra vào lúc tệ nhất. Em bé Christian Ernst bị mắc bệnh, còn bác sĩ nói rằng đứa bé không thể qua nổi mùa đông. Thật ra, nó không thể qua nổi một tuần sau đó. Gia đình Zinzendorf đã chôn cất đứa con trai đầu lòng của họ, sau đó Ludwig nhanh chóng đi đến Berthelsdorf để xem có thể làm được gì ở Herrnhut.

Không lâu sau khi ông đặt chân tới điền trang của mình, Ludwig bắt đầu hỏi thăm những người di cư để lắng nghe mấy lời phàn nàn của họ về nhau và làm thế nào để giúp họ giải quyết vấn đề. Ông hỏi người dân liên tục ba ngày ba đêm, chỉ dừng lại vào lúc hai giờ và năm giờ sáng để chợp mắt. Hơn bao giờ hết, ông muốn tìm ra giải pháp để thay đổi hoàn cảnh lúc này.

Một khi đã phỏng vấn xong, Ludwig và những thành viên khác trong Hội Bốn Anh Em đã nảy ra một kế hoạch dựa trên ý tưởng "người giúp đỡ". Những người giúp đỡ là thành viên trong cộng đồng Herrnhut hoặc là Hội thánh Berthelsdorf, là những người có sự trung thành, tử tế và trung tín với Chúa. Tuổi tác, địa vị xã hội và tài sản không hề quan trọng. Ludwig tin rằng tất cả người nam và người nữ đều bình đẳng trước mặt Đức Chúa Trời.

Mỗi người giúp đỡ được giao cho một nhiệm vụ cụ thể. Một thợ may và một thợ làm vườn được giao trách nhiệm dạy Kinh Thánh. Augustine Neisser được chọn trở thành người phát chẩn, còn Jacob và Anna Neisser được chọn trở thành người khích lệ. Christian David, một người chăn bò mười sáu tuổi tên là Anna-Lena, và một cậu bé đi khập khiễng trở thành người giúp đỡ bệnh nhân. Mỗi công việc được giải thích rõ ràng. Người phát chẩn chịu trách nhiệm tất cả người nghèo, tức là những người ăn xin. Công việc của người phát chẩn là giúp đỡ họ tìm kiếm việc làm và chỗ ở. Những người giúp đỡ bệnh nhân chịu trách nhiệm đi thăm viếng những người bệnh trong cộng đồng mỗi ngày, cung cấp thuốc men và tắm rửa cho họ.

Một vài thành viên ở Herrnhut phản đối không muốn những người thấp kém hơn chỉ đạo họ. Họ hỏi một bé gái mười sáu tuổi thì có quyền gì chỉ đạo họ và không chấp nhận một thợ may trở thành giáo viên dạy Kinh Thánh. Nhưng Ludwig vẫn cương quyết. Trong khi ngoài kia người ta nhận biết người khác dựa trên sự giàu có, địa vị xã hội và giới tính, ông quyết rằng những thứ đó không có chỗ trong cộng đồng Cơ Đốc.

Tất cả những điều này khiến Ludwig mất nhiều nỗ lực, đặc biệt là khi có vài thành viên trong cộng đồng Herrnhut kháng cự và phản đối mọi việc ông đã làm. Ngay cả những người thân thiết với Ludwig đã thắc mắc trước việc cố gắng tạo ra một cộng đồng khác thường của ông. Ông không thể thấy Herrnhut đang dần sụp đổ hay sao mà cứ cố gắng giữ lại mọi thứ để làm gì nữa? Tại sao không đuổi hẳn những kẻ gây rối và bất bình, rồi cho phép người nào ở yên lặng và vâng lời ở lại?

Hễ khi nào những câu hỏi như thế dấy lên, Ludwig luôn đưa ra cùng một cách trả lời. "Tôi có thể dùng cái quyền của một người chủ để tống khứ tất cả mọi người", ông nói, "nhưng tôi tin chắc rằng Chúa đã cho mọi người ở đây là có lý do, còn tôi sẽ kiên nhẫn chờ đợi điều tốt lành mà Ngài đã dành cho họ".

Công việc được tiếp tục, Ludwig vừa dành thời gian ở lại Herrnhut mỗi khi có thể, vừa giải quyết nghĩa vụ của ông ở cung điện.

Khi cuộc sống ở Herrnhut bắt đầu chuyển sang mô hình mới, vài ngành nghề mới xuất hiện tùy thuộc vào những kỹ năng của người mới đến. Martin và Leonard Dober, hai anh em đến từ Swabia, là những thợ gốm chuyên nghiệp, họ đã tạo ra cái bàn quay và lò nung, chẳng bao lâu sau đã bán được đồ gốm của mình. Một thợ dệt vải cũng đến, sự xuất hiện của anh ta đã tạo công ăn việc làm cho nhiều người di cư.

Mặc dù có vẻ như Herrnhut đã được cứu sống sau mọi chuyện, nhưng sự chống đối từ bên ngoài vẫn đang lớn dần lên. Vào tháng 7 năm 1726, Ludwig, Erdmuth và đứa con gái mới sinh là Benigna, đang sống tại Berthelsdorf sau khi bà của Ludwig là nữ Bá tước Gersdorf qua đời. Lúc còn ở đó thì có tin đồn rằng David Nitschmann đã bị tống vào tù. David đã bí mật đến Kremsir, Moravia, để đem cha của anh đến Herrnhut. Anh đã bị bắt và bị kết án là nghi phạm xúi giục mọi người di cư khỏi địa hạt.

Ludwig biết rằng mình phải làm gì đó. Toàn bộ thắc mắc về việc di cư trở nên căng thẳng từng ngày. Vào tháng 8 năm 1726, Ludwig đi đến Kremsir để gặp hồng y Công Giáo và người anh em của hồng y, một viên quan lo liệu các vụ việc trong hoàng gia Áo. Ludwig hy vọng rằng họ sẽ chấp nhận lý lẽ của ông về một hiệp ước 1648 được gọi là Hoà ước Westphalia, đã thông qua quyền bình đẳng của tín đồ Tin Lành và tín đồ Công Giáo, cho nên Cơ Đốc nhân cũng có quyền di cư.

Buổi họp không diễn ra tốt đẹp như Ludwig mong đợi. Mặc dù hồng y và người anh em của ông ta đã tỏ ra tử tế, nhưng họ cũng rất cứng rắn. Họ không hề muốn trả tự do cho David, cũng không cho phép Ludwig đến thăm người đó. Ludwig thử mọi cách để thay đổi suy nghĩ của họ, nhưng tất cả đều vô dụng. Cuối cùng, ông đã nản lòng quay trở về Herrnhut và lo lắng cho số phận của David. Ông hình dung được một chút những gì mình sẽ phải đối diện khi trở về nhà.

Một người đàn ông tên là Johann Kruger, từng là người biện hộ tại toà án, đã đến sống trong ngôi làng. Ông tuyên bố rằng mọi người nên tránh xa mục sư Rothe và Giáo hội Lutheran. Điều này đã gây chia rẽ cộng đồng, mấy chốc những người theo Kruger đã phân rẽ khỏi người nào không đón nhận lời lẽ của hắn ta. Ngày càng có nhiều người lắng nghe những gì Kruger nói, hắn ta càng trở nên hung bạo hơn. Hắn nói Ludwig là hiện thân của "con thú" và John Rothe là hiện thân của một "tiên tri giả". Ludwig bắt đầu không tin được những gì đang diễn ra, Kruger còn cố gắng thuyết phục ngay cả Christian David đi theo hướng suy nghĩ của hắn nữa.

Những vụ việc mới mẻ đã khiến Ludwig thất kinh, nhưng ông vẫn từ chối xua đuổi những người di cư khỏi điền trang của mình. Thay vì thế, ông đã viết những bài thánh ca và cầu nguyện xin Chúa can thiệp để khôi phục lại sự hiệp một trong cộng đồng đã bị chia rẽ này.

Một vấn đề đã xảy ra. Vào tháng 1 năm 1727, Johann Kruger đã bị điên. Hắn bắt đầu huênh hoang và gào thét, bứt tóc và tự cắt da thịt mình. Thình lình, những người đi theo chứng kiến sự điên loạn của hắn, còn Kruger bỏ đi khỏi Herrnhut không lâu sau đó.

Việc Johann Kruger bỏ đi không tự nhiên chữa lành những vết rạn nứt đã gây ra. Kỳ thực, cả cộng đồng phải ở trong trạng thái tệ hại nhất từ trước đến giờ. Sự ghen ghét và nói hành trở nên đầy dẫy, còn Ludwig thì cảm thấy mình phải làm gì đó thật quyết liệt nếu muốn mọi thứ trở lại trạng thái ban đầu. Ông đã nghỉ công việc trong hoàng gia ở Dresden và chuyển gia đình về lại lâu đài ở Berthelsdorf để sinh sống lâu dài. Ông tuyên bố rằng John Rothe sẽ tiếp tục giữ vai trò mục sư tại giáo khu Berthelsdorf, còn Ludwig sẽ giữ vai trò mục sư phụ tá cho những người đang sinh sống trong cộng đồng Herrnhut. Ông biết rằng nhiều người sẽ ngạc nhiên trước chuyện này, nhưng Ludwig không quan tâm. Điều ông quan tâm lúc này đó là không bỏ lỡ cơ hội khôi phục lại một cộng đồng tin kính.

Từ khi Ludwig chuyển về Berthelsdorf, ông trở nên bận rộn hơn mỗi ngày. Ông đi đến Herrnhut mỗi ngày để cầu nguyện với mọi người, lắng nghe những lời than trách của họ và tổ chức các lớp học Kinh Thánh. Khi làm như vậy, ông cảm thấy mọi thứ từ từ trở nên tốt hơn.

Vào ngày 11 tháng 5 năm 1727, cộng đồng tổ chức một *Singstunde*, hay là một buổi thờ phượng qua các bài thánh ca. Chiều hôm đó, Ludwig nhóm cả cộng đồng lại với nhau. Ông chia sẻ với mọi người trong vòng ba giờ đồng hồ về việc cho phép những điều nhỏ nhặt chia rẽ họ là sai và nếu tất cả đều phục vụ Chúa Jêsus thì họ đều có thể sống cùng nhau.

Ludwig giới thiệu hai loại tài liệu mà ông đã viết ra. Tài liệu thứ nhất đó là *Những chỉ dẫn và những điều cấm trong điền trang*, trong đó chính ông là chủ của điền trang đã đưa ra những luật lệ mà hễ ai sinh sống tại Herrnhut đều có nghĩa vụ phải làm theo. Tài liệu thứ hai được gọi là *Giao ước anh em Bohemia, Moravia và Những người khác, liên kết mọi người để sống theo quy tắc môn đồ.* Tài liệu này đã được một số thành viên trong cộng đồng Herrnhut đồng viết. Ấy là một giao ước tình nguyện để liên kết các thành viên trong mối thông công Cơ Đốc. Gồm có bốn mươi hai nguyên tắc mà Ludwig đã đọc lớn tiếng từng điều một.

Khi ông đọc xong, Ludwig mời những người có mặt lần lượt tiến lên bắt tay ông nếu họ đồng ý chịu ràng buộc bởi những nguyên tắc đó. Các thành viên trong cộng đồng dần dần đứng lên và tiến về phía trước. Rất nhiều người cảm thấy tan vỡ và khó xử khi bắt tay Ludwig. Họ xin lỗi ông và mọi người vì hành vi của mình. Christian David là người đã bị Johann Kruger lôi kéo đã khóc nức nở trên vai của Ludwig khi ông cầu xin sự tha thứ.

Khi buổi họp quay trở lại bình thường, mọi người muốn chọn ra những trưởng lão để giúp họ sống đúng với lời kết ước. Mười hai trưởng lão được chọn ra, trong đó có hai anh em nhà Neisser, một thợ làm đồ gỗ bảy mươi tuổi, một người đóng giày hai mươi lăm tuổi và một thợ mộc. Ludwig đọc một phân đoạn từ sách Công vụ Các sứ đồ nói đến chỗ mười một môn đồ của Chúa Jêsus đã bốc thăm chọn ra một người để thay thế cho Giu-đa. Ông để tên mười hai người trưởng lão mà họ vừa bầu ra ở trong một cái giỏ, rồi cầu nguyện. Sau đó, ông bốc ra bốn cái tên: Christian David, George Nitschmann, Christopher Hoffman và Melchior Zeisberger. Đây là những người được chọn trở thành lãnh đạo của ban trưởng lão.

Ludwig rất vui khi thấy Christian David được chọn,

mặc dù Christian đã từng phản bội và bị Johann Kruger thuyết phục để buộc tội Ludwig bằng những điều xấu xa. Ông đã giải thích cho Erdmuth vì sao ông lại cảm thấy như thế.

"Mặc dù người anh em Christian David của chúng ta đã từng gọi tôi là con thú và Rothe là tiên tri giả, chúng ta đã nhìn thấy tấm lòng thành thật của anh và biết rằng chúng ta có thể giúp đỡ anh ấy, có phải không! Để cho một người thành thật đã từng mắc sai lầm, đứng vào vị trí này không phải là điều tồi tệ gì cả, mà họ sẽ học được những điều không bao giờ học được từ sự phỏng đoán".

Ludwig được cả nhóm chọn trở thành thống đốc. Ông đã quyết định từ bỏ sự thoải mái và muốn đưa gia đình đến sống trong cộng đồng Herrnhut. Các thành viên trong cộng đồng rất vui mừng trước ý tưởng này, còn Ludwig thì liền bắt đầu chuẩn bị xây một ngôi nhà bình dân cho gia đình mình.

Nhiều thứ trong cộng đồng thay đổi từ hôm đó. Mọi người đón nhận lẫn nhau. Họ lắng nghe lẫn nhau, họ cố gắng không tranh cãi mà đồng ý tôn trọng quan điểm của nhau.

Cuối cùng, vào ngày thứ Bảy, 1 tháng 7, Ludwig, Erdmuth và Benigna được một tuổi đã chuyển đến sống trong ngôi nhà mới tại Herrnhut. Đó là một lần di chuyển đặc biệt đối với Erdmuth. Thời tiết thì nóng nực, còn nàng chuẩn bị sinh thêm một đứa nữa sau hai tháng. Ngôi nhà mới vẫn chưa hoàn toàn xây xong. Tường vẫn còn ướt. Nhưng Ludwig muốn chuyển đến nhà mới trước ngày Chúa Nhật, vì những Chúa Nhật đã trở thành một trong những ngày lễ tại Herrnhut và Berthelsdorf. Mọi người từ khắp nơi trong điền trang nhóm lại để lắng nghe mục sư Rothe dạy dỗ và cũng để chứng kiến những điều lạ lùng đang xảy ra trong cộng đồng.

CHƯƠNG 7
HẠT ẨN

Ludwig cảm thấy vui hơn khi tình hình ở Herrnhut tiếp tục cải thiện. Các nhóm nhỏ được hình thành. Đây là các nhóm có từ hai đến tám người thường xuyên gặp nhau để học Kinh Thánh, cầu nguyện và hát thờ phượng. Các nhóm này có một ảnh hưởng sâu sắc trong cộng đồng. Ludwig đi tới đâu đều nhìn thấy những thành viên trong cộng đồng nhóm lại để khích lệ và cầu thay cho nhau. Bầu không khí hoàn toàn khác hẳn so với một năm trước, khi mọi người bị chia rẽ vì những khác biệt về giáo lý.

Vào ngày 22 tháng 7 năm 1727, Ludwig quyết định rằng: vì cộng đồng đang diễn ra tốt đẹp nên ông muốn dành thời gian nghỉ ngơi để đi thăm cậu của mình là Baron Gersdorf ở Hartmannsdorf, Silesia. Trên đường đi, ông dừng tại thị trấn Zittau và đến thăm một thư viện ở đó. Dù đã đọc rất nhiều sách về thần học, Ludwig vẫn tìm thấy trong thư viện một quyển sách cổ bám bụi với tựa đề *Ratio Disciplinae* (Lý giải về tự kỷ luật) được khắc lên gáy sách bằng da. Ông lấy quyển sách khỏi kệ, mở ra và đọc. Ông không thể bỏ nó xuống. Quyển sách là bản hiến pháp Unitas Fratrum bằng tiếng La-tinh, Ludwig còn ngạc nhiên hơn vì những nguyên tắc trong đó giống với những nguyên tắc mà cộng đồng Herrnhut vừa mới áp dụng cách đây không lâu.

Phần đầu sách là lịch sử của Hội Anh Em Hiệp Nhất được Giám mục John Amos Comenius viết. Ludwig càng đọc càng thấy sửng sốt. Ludwig nghĩ tới những người di cư từ Moravia đang tìm kiếm một nơi an toàn để sống với niềm tin Cơ Đốc của mình mà không sợ bị bách hại. Mọi người thường nói với nhau về việc tham gia Hội Hạt Ẩn của một nhóm người cổ xưa nào đó, nhưng ông đã dẫn dắt họ gia nhập Giáo hội Lutheran và khích lệ họ nghĩ tới một Hội thánh trong một Hội thánh. Nhưng giờ đây, ông lại đọc thấy họ thực ra thuộc về một Hội thánh Tin Lành còn lâu đời hơn Giáo hội Lutheran nữa! Unitas Fratrum được thành lập vào năm 1457 – sáu mươi năm trước khi Martin Luther đóng chín mươi lăm luận đề vào cánh cửa Hội thánh ở Wittenberg. Kỳ thực, vào thời của Luther, Unitas Fratrum có khoảng bốn trăm hội nhóm và gần hai trăm ngàn tín hữu.

Ludwig đã dịch một đoạn trích, trong quyển *Ratio Disciplinae*, từ tiếng La-tinh sang tiếng Đức để đem về Herrnhut cho những người di cư từ Moravia xem.

Khi ông đến thăm cậu của mình, Ludwig suy nghĩ nhiều về những gì ông đọc đã thấy về Unitas Fratrum. Chúa có chương trình lớn hơn cho nhóm người này chăng? Họ đến sống tại điền trang của ông chỉ để được bảo vệ khỏi sự bách hại sao? Những câu hỏi này cứ luẩn quẩn trong đầu Ludwig. Đúng là họ đã gọi chính mình là Hạt Ẩn, nhưng hạt giống ấy sẽ lớn lên thành cái gì? Có lẽ họ đã được dẫn dắt đến Berthelsdorf để thực hiện một mục đích cao cả hơn. Có lẽ Chúa muốn phấn hưng và thổi sự sống mới vào các hệ phái Tin Lành cổ xưa này chăng. Cũng có lẽ Herrnhut là khởi đầu của một cuộc phấn hưng.

Trước khi Ludwig rời khỏi điền trang của cậu mình, ông đã cầu nguyện rằng: "Tôi, bằng những gì có thể, sẽ giúp đem lại sự phấn hưng này. Dù tôi phải hy sinh mọi của cải, danh dự, mạng sống, hễ còn sống tôi sẽ làm hết sức mình để nhìn thấy các môn đồ của Chúa được sống cho Chúa cho đến khi Ngài trở lại".

Ludwig trở lại Herrnhut vào ngày 4 tháng 8. Khi ông cho những người di cư từ Moravia xem đoạn trích mà ông đã dịch từ *Ratio Disciplinae*, họ tỏ ra phấn khởi. Họ cũng nhận ra những điều tương tự giữa các nguyên tắc trong *Ratio Disciplinae* và các nguyên tắc sống mà họ đã kết ước mới đây trong *Giao ước anh em Bohemia, Moravia và những người khác, Liên kết mọi người sống theo quy tắc môn đồ*.

Đó là lần đầu tiên hầu hết những người di cư từ Moravia biết được một cách chi tiết về Hội thánh mà tổ tiên của họ đã lập ra. Qua nhiều năm bị bách hại, họ đã bị chia cắt khỏi những thành viên trong Unitas Fratrum và khỏi những quyển sách giải thích về lịch sử và niềm tin của hội. Giờ đây, họ đã rõ quá khứ của mình và sẵn sàng để hướng tới tương lai. Họ là Hội Hạt Ẩn. Để dẫn dắt cộng đồng của mình, họ đã đưa ra những nguyên tắc gần giống với những nguyên tắc mà tổ tiên của họ đã lập ra. Họ hoàn toàn sững sờ vì chỉ có Chúa mới hướng dẫn họ thực hiện điều này. Họ vui mừng cảm tạ Ngài và mong muốn được dự phần vào cuộc phấn hưng của Unitas Fratrum.

Chiều Chúa Nhật ngày 10 tháng 8, mục sư Rothe đến Herrnhut để tổ chức buổi nhóm. Khi mục sư giảng được nửa bài giảng, Ludwig thấy vị mục sư quỳ gối xuống và bắt đầu cầu nguyện khẩn thiết. Tất cả mọi người trong buổi nhóm đều làm theo, họ quỳ xuống và bắt đầu cầu nguyện. Họ đã quỳ gối cầu nguyện cho đến nửa đêm.

Buổi sáng hôm sau, John Rothe trở lại để mời cộng đồng Herrnhut dự Lễ tiệc thánh tại nhà thờ Berthelsdorf vào thứ Tư. Vì Ludwig cảm thấy đó sẽ là buổi nhóm rất quan trọng, ông đã đến từng nhà ở khắp nơi trong cộng đồng để khích lệ mọi người tham dự.

Vào sáng thứ Tư, mục sư Rothe đến Herrnhut và chia sẻ một sứ điệp về tầm quan trọng của Lễ tiệc thánh. Sau khi giảng xong, các thành viên trong cộng đồng đi bộ đến nhà thờ Berthelsdorf. Khi lễ tiệc thánh bắt đầu, cả nhà thờ đầy ắp người. Một bài thánh ca được cất lên để bắt đầu buổi nhóm, sau đó John cầu nguyện chúc phước cho hai cô gái vừa mới tin Chúa.

Sau đó, cả hội chúng quỳ gối và bắt đầu hát: "Linh hồn tôi ở trước mặt Ngài, tâm linh tôi muốn ở cùng Ngài". Khi mọi người đang hát, Ludwig để ý thấy một vài người bắt đầu khóc. Một bầu không khí đầy cảm xúc mạnh mẽ tràn ngập cả nhà thờ, chẳng mấy chốc tiếng khóc chuyển thành lời hát.

Khi đã hát xong bài thánh ca, Ludwig hướng dẫn thì giờ cầu nguyện. Ông cầu nguyện cho sự hiệp một thật giữa vòng hội chúng đang nhóm lại và cho những người đang sống tại Herrnhut không còn những bất đồng nữa, mà sẽ tìm được sức lực và sự gần gũi trong mối liên hệ với Chúa Jêsus. Khi ông kết thúc lời cầu nguyện, vài người khác cũng cầu nguyện. Những giọt nước mắt giúp cho lời cầu nguyện tha thiết hơn khi mọi người tuôn đổ lòng mình ra trước mặt Chúa.

Đến thì giờ tan nhóm, chẳng ai muốn về. Bên ngoài Hội thánh, mọi người gặp gỡ và trò chuyện với nhau về những điều vừa mới xảy ra, họ cảm thấy gần Chúa và gần nhau hơn. Dần dần, mọi người tham gia vào các nhóm nhỏ và tiếp tục trò chuyện, cầu nguyện và hát thánh ca.

Buổi chiều, Ludwig gửi thức ăn đến cho cộng đồng. Khi tới nơi, thức ăn được phân phát và mọi người dùng bữa với nhau. Cảnh tượng ấy nhắc Ludwig nhớ lại hình ảnh Hội thánh đầu tiên trong Tân Ước, các môn đồ nhóm lại và thông công với nhau. Ông tự hỏi các tín hữu tại Herrnhut có thể thông công với nhau thường xuyên hơn sau khi nhóm lại giống như Hội thánh đầu tiên không!

Hai tuần sau, vào ngày 27 tháng 8, để duy trì mối liên hệ gần gũi với Chúa, hai mươi tám người nam và hai mươi tám người nữ từ Herrnhut đã cam kết rằng mỗi người sẽ dành một giờ đồng hồ mỗi ngày để cầu nguyện. Họ bốc thăm để chia nhau ra cầu nguyện, hầu cho bất kể ngày hay đêm, đều có hai người cầu thay cho Herrnhut và cho cả thế giới.

Hát thờ phượng cũng trở thành một phần không thể thiếu trong đời sống mỗi ngày. Ludwig tin rằng những bài thánh ca mà họ đã thuộc lòng có thể được hát lên như là những lời cầu nguyện. Ông khích lệ mọi người tại Herrnhut học thuộc lòng hàng trăm bài thánh ca. Không lâu sau, những người duy nhất cần quyển thánh ca là những người đến thăm cộng đồng của họ. Mỗi lần hát thờ phượng, mọi người trong cộng đồng hát đến hàng giờ đồng hồ. Người hướng dẫn thờ phượng thường chọn rất nhiều bài hát từ hàng trăm bài thánh ca để tập trung vào một đề tài nào đó. Người đó sẽ cất tiếng hát, cho đến khi hội chúng nhận ra lời bài hát, thì mọi người cùng hát với nhau.

Ludwig cũng giới thiệu về "khẩu hiệu mỗi ngày", là một câu Kinh Thánh được chọn ra vào buổi tối hôm trước. Mỗi người trong cộng đồng đều đọc câu Kinh Thánh ấy cho nhau nghe và suy gẫm ý nghĩa của câu Kinh Thánh trong ngày hôm đó.

Tin tức về những điều đang xảy ra ở Herrnhut cũng sớm lan đi khắp nơi. Ludwig bắt đầu nhận được tới năm mươi lá thư mỗi ngày từ các Hội thánh muốn mời những người nam và người nữ từ cộng đồng có thể đến chia sẻ kinh nghiệm của họ. Các thành viên của Herrnhut đã đáp lại lời mời một cách hớn hở.

Chẳng bao lâu sau, mọi người trong cộng đồng được đi đến nước Ý và nước Anh để chia sẻ. Hầu hết ở các nơi mà họ đến thăm, họ đều bị cấm chia sẻ trực tiếp với hội chúng. Thay vào đó, họ tập hợp các Cơ Đốc nhân có đồng tâm trí nhóm lại với nhau, rồi kể cho họ nghe về Herrnhut và những gì Chúa đang làm ở giữa họ. Rồi họ khích lệ mọi người từ bỏ những khác biệt và cư xử hiệp một với nhau như là một Hội thánh.

Vào ngày 19 tháng 9 năm 1727, giữa lúc mọi thứ đang diễn ra, Erdmuth hạ sinh một đứa con trai. Ludwig đặt tên đứa con trai ấy là Christian Renatus, để tỏ lòng thương nhớ đến đứa con đầu lòng đã qua đời gần ba năm trước.

Cộng đồng tiếp tục tăng trưởng. Nhiều nhà cửa và các công trình được mọc lên, ca đoàn cũng được hình thành. Với hình thức này, mỗi người đang sinh sống tại Herrnhut được chỉ định vào một nhóm, hay một ca đoàn, theo độ tuổi, giới tính và tình trạng hôn nhân. Ca đoàn đầu tiên được hình thành là ca đoàn nam độc thân. Đây là một nhóm rất năng nổ, họ quyết định sống chung với nhau trong một ngôi nhà rất to và giúp đỡ lẫn nhau trong công việc. Ca đoàn này trở thành chủ lực của các nghề thủ công. Khi có thời gian rảnh rỗi vào các buổi tối, những thanh niên này đã tận dụng thì giờ đó để học thêm ngoại ngữ, y khoa và địa lý.

Ca đoàn nữ độc thân được dẫn dắt bởi một thiếu nữ tên là Anna Nitschmann. Mặc dù cô là một trong các bạn nữ độc thân trẻ tuổi nhất, nhưng cô đã cho thấy sự trưởng thành trong đời sống Cơ Đốc của mình. Các cô gái độc thân cũng sống với nhau trong một ngôi nhà lớn.

Các ca đoàn khác được hình thành dành cho các

cặp đôi đã kết hôn, người góa phụ, người góa vợ, các cô gái, các bạn trai và có cả trẻ em. Từ khi các thành viên trong mỗi nhóm đều cam kết sẽ giúp đỡ người khác trong nhóm, nên việc đi lại của những người nam và người nữ không còn là khó khăn nữa. Khi họ đi vắng, các thành viên còn lại trong nhóm thay thế họ tại Herrnhut, giúp đỡ trong việc chia sẻ công việc chân tay hoặc là trông chừng con cái của họ.

Vào năm 1729, Ludwig nhận được tin cho biết rằng David Nitschmann đã qua đời trong ngục khi mới ba mươi mốt tuổi, anh đã trở nên tiều tụy hẳn đi trong suốt ba năm kể từ lúc Ludwig nỗ lực giải cứu anh ta. Tin này làm cho Ludwig buồn phiền. David đã cho mọi người thấy anh là một lãnh đạo tiềm năng cho cộng đồng Herrnhut.

Erdmuth hạ sinh thêm đứa con thứ tư vào ngày 18 tháng 9 năm 1729. Lại thêm một đứa bé trai nữa, họ đặt tên là Christian Friedrich. Đáng buồn thay, đứa bé bị ốm từ khi chào đời, rồi qua đời đúng bốn tuần tuổi. Khoảng một năm sau, vào tháng 10 năm 1730, Erdmuth hạ sinh thêm một đứa con trai nữa, họ đặt tên là Theodore, một đứa bé khoẻ mạnh.

Vào tháng Tư, Ludwig cùng với David Nitschmann, là người thợ mộc, và hai người đàn ông Moravian khác đi đến Đan Mạch để dự Lễ đăng quang của nhà vua Christan VI. Ở tại Copenhagen, Ludwig nhìn thấy sự phô trương và kiểu cách của một người thuộc địa vị xã hội giống như ông. Trong sự ngạc nhiên của Ludwig, nhà vua mới lên ngôi đã ban thưởng cho Ludwig thập tự giá

của các hiệp sĩ Danebrog, để bày tỏ lòng tôn trọng vì
những cống hiến của ông trong lĩnh vực tôn giáo. Ludwig
cũng ăn tối với các lãnh đạo hoàng gia đã được mời đến
từ khắp nơi của châu Âu để dự lễ đăng quang của
nhà vua.

Tuy nhiên, không một người giàu có hay quyền lực
nào làm cho Ludwig cảm thấy ấn tượng khi ở tại
Copenhagen. Người duy nhất khiến Ludwig chú ý đó là
người hầu của ông, Bá tước Laurwig. Câu chuyện của
người hầu này đã thúc đẩy hàng loạt các sự kiện sẽ xảy
ra, để nhìn thấy nhiều người từ cộng đồng Herrnhut đi ra
khắp thế giới.

CHƯƠNG 8
CÁC GIÁO SĨ ĐƯỢC SAI ĐI

"Anh tìm được người hầu này ở đâu thế?" Ludwig hỏi Bá tước Laurwig trong bữa tối.

Vị Bá tước nói: "Anh ta tên là Anthony Ulrich, tôi đã đem anh ta về từ đảo Saint Thomas ở vùng biển Ca-ri-bê". "Khoảng một năm trước tôi đến đó và phát hiện anh ta là một người làm việc rất cần cù. Một người thông minh, nói thành thạo tiếng Hà Lan, chứng tỏ được giá trị của mình. Anh ta cũng tin Chúa rồi".

Hai lỗ tai của Ludwig vểnh lên khi nghe thấy câu cuối cùng. Ông muốn biết làm thế nào một người có thân hình vạm vỡ, da ngăm đen, có gương mặt đáng sợ này lại trở thành một Cơ Đốc nhân. Ludwig có cơ hội để tìm hiểu khi Anthony đến dọn đĩa thức ăn của mình.

Ludwig hỏi: "Bá tước Laurwig nói với tôi rằng anh mới vừa tin Chúa từ khi đến châu Âu. Anh có thể cho tôi biết anh đã nghe về Chúa Jêsus như thế nào được không?"

Anthony ngạc nhiên khi có một người khách trong

bữa tối hỏi anh chuyện cá nhân, nhưng đôi mắt của anh ta mở to khi trả lời câu hỏi. "Tôi nghe về Chúa Jêsus lần đầu tiên khi đi thuyền đến châu Âu".

Ludwig hỏi tiếp: "Ý anh là gì khi nói 'lần đầu tiên nghe về Chúa Jêsus'? Đảo Saint Thomas bị các quốc gia châu Âu đô hộ trong nhiều năm. Chắc chắn anh phải nghe về Chúa Jêsus lâu rồi mới phải chứ!"

Anthony lắc đầu nói: "Ông không hiểu rồi" và với cái nhìn lo lắng anh ta nói tiếp rằng: "Tôi không có ý xúc phạm ông".

Ludwig nói với anh ta một cách quả quyết: "Anh không hề xúc phạm gì cả! Chúng ta là anh em trong Chúa đang trò chuyện với nhau. Hãy tự do chia sẻ những gì anh biết. Tại sao anh sống trên hòn đảo của Cơ Đốc nhân mà không biết về Chúa Jêsus?"

Anthony đáp rằng: "Thưa ông, có lẽ một câu chuyện sẽ giúp ông hiểu hơn. Khi tôi còn nhỏ, có một người nô lệ đánh xe ngựa đưa ông chủ của mình đến nhà thờ. Trong khi buổi nhóm diễn ra trong nhà thờ, người nô lệ phải đợi ở ngoài cùng với chiếc xe ngựa. Nhưng người nô lệ này cảm thấy tò mò. Cửa nhà thờ thì đóng, nên anh ta phải rón rén tới gần, rồi kề sát lỗ tai vào cánh cửa để nghe lóm những gì đang diễn ra bên trong. Có người bắt gặp anh ta rồi báo với ông chủ. Ông có biết chuyện gì đã xảy ra với người nô lệ đó không? Ông chủ đã rút dao ra và cắt đứt lỗ tai của anh ta ngay trước cửa nhà thờ".

Ludwig cảm thấy buồn nôn khi nghĩ tới hành động ghê tởm đó lại diễn ra ngay tại trước cửa nhà thờ.

"Ông cần phải hiểu rằng người da trắng ở trên đảo

Saint Thomas không muốn những người nô lệ của họ nghe về Chúa Jêsus. Họ sợ sứ điệp sẽ làm cho đầu óc của người nô lệ có những ý tưởng mới lạ khiến họ sẽ nổi loạn". Anthony bèn hạ giọng xuống và nói tiếp rằng: "Tôi ước gì anh chị em của tôi còn sống ở trên đảo Saint Thomas có thể nghe được những điều tuyệt vời mà tôi đã nghe về Chúa Jêsus".

Ludwig hỏi: "Tên của họ là gì?"

Anthony đáp: "Anna và Abraham. Tôi cam đoan rằng họ sẽ đón nhận Phúc Âm nếu ai đó chia sẻ với họ".

Ludwig hứa rằng: "Tôi sẽ cầu nguyện để họ có được cơ hội này".

Trên đường về Berthelsdorf, Ludwig chẳng nghĩ được gì khác ngoài hoàn cảnh của những người ở trên đảo Saint Thomas. Chắc chắn là phải có cách nào đó để những người nô lệ đang sống trên đảo Saint Thomas nghe về Chúa Jêsus. Ông không thể tha thứ cho người da trắng đã khiến đồng loại của mình không được nghe sứ điệp quan trọng đến như vậy. Ông thấy mừng vì Bá tước Laurwig cho phép Anthony Ulrich đến thăm Herrnhut vài ngày. Ludwig đảm bảo rằng tấm lòng của mọi người trong cộng đồng sẽ được thôi thúc khi họ cũng nghe được câu chuyện của Anthony.

Vào ngày 31 tháng 7 năm 1731, Ludwig và những người đi cùng trở về Herrnhut. Dù cảm thấy mệt mỏi vì chuyến đi dài, Ludwig vẫn họp mọi người trong cộng đồng vào buổi tối đó. Ông kể cho mọi người về cuộc nói chuyện giữa ông và Anthony. Như những gì đã mong đợi, hoàn cảnh của những người nô lệ ở trên đảo thuộc vùng Ca-ri-bê đã đụng chạm tấm lòng của nhiều người trong cộng đồng. Hai ngày sau, Ludwig cầm trên tay một lá thư từ hai thành viên trong ca đoàn nam độc thân là Leonard Dober và Tobias Leupold. Trong thư, cả hai tỏ ý muốn đến đảo Saint Thomas để chia sẻ Phúc Âm cho những người họ hàng của Anthony và những nô lệ khác trên đảo.

Bốn ngày sau, Anthony Ulrich đến kể câu chuyện của mình. Nhưng Ludwig hoàn toàn ngạc nhiên vì Anthony không thấy hài lòng khi biết Leonard và Tobias sẵn sàng đến đảo Saint Thomas. Anh ta cảnh báo trước rằng những người nô lệ ở đó vẫn còn giữ sự cay đắng đối với người da trắng nên họ sẽ không nghe bất kỳ điều gì hai người đó nói.

Đây là những thông tin khiến Ludwig cần phải dè chừng, ông đã hỏi Anthony còn cách nào khác để những người nô lệ ở đó lắng nghe Leonard và Tobias không. Anthony khẳng định rằng còn một cách. Những giáo sĩ da trắng cần phải cho thấy sự khác biệt đối với những ông chủ người da trắng. Cách duy nhất để bày tỏ điều này đó là các giáo sĩ phải tình nguyện sống và làm việc cùng với những người nô lệ, tức là họ gần như phải trở thành nô lệ. Có như thế thì sứ điệp của họ mới được đón nhận.

Đây là một thách thức dành cho Leonard và Tobias để xem xét đến việc sống giữa vòng những người nô lệ, ăn đồ họ ăn và làm việc bên cạnh họ. Nhưng Ludwig cảm thấy tự hào vì cả hai người không chùn bước trước một thách thức như thế. Leonard tuyên bố trước cộng đồng Herrnhut rằng: "Nếu Chúa Jêsus có thể trở thành một đầy tớ để cứu chúng ta, thì đó cũng là sự kêu gọi dành cho chúng ta. Tôi không biết mọi người đang suy nghĩ như thế nào, nhưng tôi có một suy nghĩ đó là: hiện giờ trên đảo đang có những linh hồn chưa tin Chúa vì họ chưa được nghe về Ngài".

Đáp ứng của Leonard và Tobias đã truyền cảm hứng cho hai người anh em họ là Matthaus Stach và Friedrich Bohnisch ở trong ca đoàn nam độc thân, họ cũng muốn trở thành giáo sĩ được sai đi. Họ muốn đi đến đảo quốc Greenland vì có tin đồn rằng Hans Egede, một giáo sĩ được hoàng gia Đan Mạch chỉ định, muốn từ bỏ công tác để trở về nhà. Hai người anh em này tin rằng mình có thể tiếp tục công tác của Hans.

Bốn người nam trẻ tuổi rất muốn bắt đầu công tác giáo sĩ của họ, nhưng cộng đồng Herrnhut lại chưa sẵn sàng để sai họ đi. Hầu hết mọi người trong cộng đồng vẫn còn mông lung trước ý tưởng sai phái các giáo sĩ đi ra. Suy cho cùng, không hề có hội chúng Tin Lành nào sai phái các giáo sĩ kể từ Hội thánh đầu tiên. Một vài Cơ Đốc nhân đã được sai đi làm giáo sĩ là do hoàng gia bổ nhiệm, giống như những người từ Halle đã đi đến Tranquebar, Ấn Độ, và Hans Egede đến đảo quốc Greenland.

Mặc dù Ludwig cũng muốn sai những người trẻ này ra đi, nhưng ông đã quyết định chờ đợi là điều khôn ngoan hơn hết cho đến khi mọi người sẵn sàng sai họ đi.

Trong khi chờ đợi, Erdmuth đã hạ sinh thêm một cậu con trai tên là Johann. Đứa bé ra đời vào ngày 19 tháng

3 năm 1732, rồi qua đời đúng hai tháng sau đó. Ấy là đứa con thứ sáu của Ludwig và Erdmuth, nhưng chỉ có ba đứa còn sống mà thôi.

Ngay giữa lúc buồn phiền, Ludwig nhìn thấy vợ phải gánh vác nhiều trọng trách. Đến thời điểm ấy, Erdmuth chịu trách nhiệm quản lý tài chính của gia đình, vì Ludwig hỗ trợ rất nhiều tài chính cho Herrnhut, nên nàng phải để ý kỹ đến những gì đang diễn ra ở đó nữa. Ludwig cảm thấy bớt gánh nặng vì ông không phải là người tiểu tiết trong vấn đề kê khai sổ sách. Ông vô cùng ấn tượng trước cách Erdmuth xử lý công việc khi ông đã giao cho nàng quản lý hết tất cả tài sản. Erdmuth trở thành người chủ sở hữu chính thức của Berthelsdorf và Herrnhut.

Ludwig đã chuyển giao hết mọi thứ cho vợ của ông, một phần là vì nàng giỏi việc quản lý hơn ông và phần khác cũng vì ông thấy sẽ có lúc khó khăn xảy ra trong tương lai, nên để vợ ông đứng tên sở hữu tài sản thì tốt hơn.

Cuối cùng, chỉ hơn một năm sau khi Anthony Ulrich đến thăm Herrnhut, cộng đồng đồng ý là họ đã sẵn sàng sai phái các giáo sĩ đến đảo Saint Thomas. Đến thời điểm ấy, các lãnh đạo trong cộng đồng đang dùng cách bốc thăm để đưa ra quyết định và trong một buổi họp của cộng đồng, họ đã gọi Leonard Dober và Tobias Leupold tiến lên phía trước.

Ludwig để ý thấy Tobias bốc được một mảnh giấy nhỏ từ cái hộp bằng gỗ. Khi đọc mấy chữ từ cuộn giấy, nét mặt của anh trở nên buồn hẳn và anh lắc đầu nói rằng: "Chúa không muốn tôi đến đảo Saint Thomas".

Leonard là người tiếp theo tiến lên phía trước. Tay anh ta run rẩy bốc được một mảnh giấy từ cái hộp. Anh ta la lên: "Cảm ơn Chúa, con được Ngài sai đi!", rồi bước tới gần Ludwig để đưa cho ông mảnh giấy đó.

Ludwig đọc mấy chữ thật lớn: "Hãy để người đi vì Chúa ở cùng người". Ông siết chặt tay của Leonard và nói rằng: "Chúa sẽ dẫn dắt và thêm sức cho anh".

Bấy giờ, cộng đồng tìm kiếm một người nữa đi cùng với Leonard đến đảo Saint Thomas để giúp thiết lập công tác ở đó. Họ đã chọn David Nitschmann là tay thợ mộc và sai anh đi cùng Leonard đến đảo Saint Thomas trong bốn tháng đầu tiên. Hai người không mất nhiều thời gian để chuẩn bị đồ đạc, chỉ mang theo những bộ đồ để thay, một cái chiếu để ngủ và một ít thức ăn.

Ngày 18 tháng 8 năm 1732, cả cộng đồng Herrnhut nhóm lại để sai phái các giáo sĩ. Họ hát như chưa từng được hát trước đây, đầu tiên là hai mươi bài thánh ca, sau đó là bốn mươi, rồi sáu mươi bài. Không ai chịu dừng lại, cho đến khi hát xong hơn một trăm bài thánh ca để cổ vũ cho Leonard và David trong hành trình sắp tới.

Do hai ngày sau Ludwig phải đi đến Dresden vì công việc, nên ông tình nguyện đưa hai người giáo sĩ đến Bautzen, tại đó con đường rẽ về phía tây và phía bắc. Họ rời khỏi điền trang từ lúc ba giờ sáng.

Khi chiếc xe ngựa chạy lộc cộc trên đường, Ludwig nói vài lời chỉ dẫn cuối cùng với Leonard và David. Ông nói rằng: "Các anh phải sống giống như họ. Kiếm được tiền thì giữ cho mình, vì các anh đến đó để làm việc.

Đừng mong rằng sẽ cải đạo tất cả mọi người chỉ trong phút chốc. Nhớ là Chúa đã sắm sẵn những tấm lòng chịu tin Ngài. Phần của các anh là tìm thấy họ, ngay cả khi chỉ có vài người như vậy. Họ sẽ là những 'trái đầu mùa' quý báu".

Khi đến ngã ba trên đường Bautzen, Ludwig kêu người đánh xe ngựa dừng lại. Cả ba người ra khỏi xe khi trời còn tối vào lúc sáng sớm. Hai người giáo sĩ cùng nhau quỳ xuống bên đường, còn Ludwig thì cầu nguyện chúc phước cho họ. "Nguyện hai người luôn được Thánh Linh của Chúa Jêsus dẫn dắt" là những lời chỉ dẫn cuối cùng dành cho họ trước khi ông lên xe ngựa để đi tiếp.

Ludwig dõi theo hai người trai trẻ tiến thẳng vào con đường phía bắc, rồi khuất dần trong bóng tối. Ông đã đưa cho mỗi người ba mươi đồng si-linh, mặc dù bấy nhiêu vẫn chưa đủ để trả tiền đi đến đảo Saint Thomas. Hai người đang có được sự cầu nguyện hỗ trợ liên tục hai mươi bốn tiếng đồng hồ tại Herrnhut, nhưng họ cần phải tìm cách đến đảo Saint Thomas và họ phải làm việc để có tiền khi đến nơi.

Nhiều tuần sau, Ludwig và những thành viên khác tại cộng đồng Herrnhut, chờ đợi tin tức từ các giáo sĩ mới được sai phái của họ. Hơn ai hết, Ludwig biết những khó khăn mà hai người phải đối diện khi đi thuyền đến đảo Saint Thomas, cho nên ông cảm thấy được khích lệ khi đọc lá thư đầu tiên của họ gửi cho cộng đồng.

Trong thư, ngày 8 tháng 10 năm 1732, Leonard cho biết họ đã hứng chịu sự chế giễu và đùa cợt như thế nào. Hầu hết những Cơ Đốc nhân mà họ gặp được trên đường đến Copenhagen đã nói họ là những thằng điên và nên trở về nhà thì hơn. Chỉ có bà Bá tước Stollberg tại Wernigerode khích lệ họ mà thôi. Khi họ tới được Copenhagen, ngay cả những Cơ Đốc nhân sùng đạo trong hoàng gia cũng tin rằng họ chắc chắn sẽ chết nếu đi đến đảo Saint Thomas.

Mọi người cũng nói với hai người giáo sĩ rằng họ sẽ chết vì những căn bệnh nhiệt đới, hoặc là chết trong tay của một ông chủ nô lệ nào đó, là những kẻ không hề đối đãi tử tế đối với người nào chia sẻ Tin Lành cho những nô lệ của ông ta.

Tuy nhiên, Leonard rất vui khi cho biết rằng sự kiên trì của họ đã được đền đáp. Tấm lòng của mọi người dần dần thay đổi, rốt cuộc cũng có vài người sẵn lòng giúp họ. Công chúa Charlotte Amelia đã cho họ tiền bạc và một quyển Kinh Thánh tiếng Hà Lan, vì Hà Lan là ngôn ngữ chính trên đảo Saint Thomas. Bởi vì không có tàu của người Đan Mạch đi đến Ca-ri-bê, nên một người trong hoàng gia đã tìm giúp họ một chiếc tàu của Hà Lan đồng ý cho họ lên tàu với vai trò là những thợ mộc. Người đó còn nói với thuyền trưởng của tàu là hãy mua cho họ một bộ đồ nghề của thợ mộc, để họ dùng trên tàu và có thể đem theo bên mình khi tới nơi.

Tất cả những điều này là tin tức đầy khích lệ đối với Ludwig, mặc dù chẳng bao lâu sau ông phải đối diện với cái chết của một đứa con nữa. Lần này là Theodore chỉ mới hai tuổi. Hai đứa con duy nhất của gia đình Zinzendorf vẫn còn sống sót qua những căn bệnh là

Benigna sáu tuổi và Christian Renatus năm tuổi. Đứa con thứ bảy của họ là Christian Ludwig ra đời vào ngày 20 tháng 3 năm 1733.

Không lâu sau, khi đứa con trai út ra đời, Ludwig nhận được những tin khủng khiếp. Vào năm 1726, ông đã cho phép một nhóm người bị bách hại thuộc Giáo hội Schwenkfelders đến ở tại khu vực thượng lưu trong điền trang Berthelsdorf, khi họ bị trục xuất khỏi khu vực bên cạnh là Silesia. Bấy giờ, vào ngày 4 tháng 4, Ludwig vừa trở về từ Tubingen, ông nhận được tin hoàng gia mới ban hành một chỉ dụ đó là trục xuất Giáo hội Schwenkfelders khỏi Saxony. Ông cảm thấy vô cùng lo âu khi nhóm người này phải rời khỏi điền trang của mình. Nhưng điều làm cho Ludwig lo lắng hơn, đó là nếu một chỉ dụ được ban hành để trục xuất một nhóm Cơ Đốc nhân nào đó ra khỏi đồn điền quá dễ dàng như vậy, thì một chỉ dụ tương tự cũng có thể được ban hành để trục xuất những người di cư từ Moravia khỏi Saxony. Cuối cùng, những người Moravia đã di cư đến Saxony đang tìm kiếm một nơi ở an toàn, không còn sợ bị bách hại nữa, sẽ giống như những người thuộc Giáo hội Schwenkfelders.

Trên đường đến Berthelsdorf, Ludwig bắt đầu nghĩ tới một kế hoạch hành động, phòng trường hợp những người từ Moravia bị trục xuất khỏi Saxony. Nếu ông không thể dừng lại một chỉ dụ ban hành, thì ông có thể giảm bớt mức độ thiệt hại sẽ xảy ra đối với cộng đồng Herrnhut. Khi Ludwig đến tại điền trang, ông đã quyết định chia Herrnhut thành hai nhóm, những người thuộc

Giáo hội Lutheran của Đức và những người di cư từ Moravia. Bằng cách này, nếu những người từ Moravia bị trục xuất khỏi Saxony, thì cộng đồng Herrnhut có thể tiếp tục sống mà không bị sụp đổ. Ludwig cũng quyết định rằng đây là lúc để ông đeo đuổi việc trở thành một mục sư của Giáo hội Lutheran. Vì như thế, ông có thể đánh tan những lời chỉ trích giữa vòng các lãnh đạo tôn giáo nói rằng Giáo hội Lutheran ở Herrnhut không có mục sư chăn bầy và bị tác động quá nhiều bởi những nguyên tắc của Unitas Fratrum.

Khi ông trở về Berthelsdorf, một nhóm lãnh đạo từ giáo hội Schwenkfelders đến gặp Ludwig và nhờ giúp đỡ. Họ đã nghe Tướng James Oglethorpe đang có kế hoạch đón nhận những người bị bách hại đến ở đồn điền Georgia của ông tại Bắc Mỹ. Họ muốn Ludwig biện hộ thay và giúp họ có được nơi ở mới tại Georgia. Ludwig đã làm theo yêu cầu và có được sự chấp thuận để họ di cư tới Georgia, là chỗ ở mới của họ.

Nhưng tin tức về việc trục xuất những người thuộc Giáo hội Schwenkfelders không làm cho Ludwig mất hy vọng, hay dập tắt kỳ vọng của cộng đồng Herrnhut về công tác sứ mạng mà họ vừa thiết lập. Ngày 17 tháng 4 năm 1733, David Nitschmann là người thợ mộc trở về Herrnhut, còn Ludwig thì rất muốn biết mọi thứ diễn tiến như thế nào ở đảo Saint Thomas. Một ngày sau khi anh ta trở về, David và Ludwig đi dạo cùng nhau trong điền trang Berthelsdorf. Ludwig nói: "Kể cho tôi nghe tất cả về Saint Thomas đi".

"Chúng tôi tới đảo vào ngày 13 tháng 12. Tôi ước

rằng mình có đủ lời để mô tả một cách chân thực nhất. Mọi thứ rất khác so với những gì tôi từng thấy trước đây. Những ngọn đồi xanh ngắt và bãi biển lấp lánh ánh nắng buổi ban trưa. Mấy cây cọ trải dọc bờ biển. Thật khó để hình dung một nơi tuyệt đẹp như thế mà có quá nhiều người không biết về Đấng Cứu Thế. Chúng tôi đi vào những con đường hẹp ở Tappus để tìm nhà nghỉ, chúng tôi gặp được một ông chủ đồn điền tên là Lorenzen. Ông Lorenzen chính là sự đáp lời của Chúa cho những lời cầu nguyện của chúng tôi. Ông cho chúng tôi ở nhà nghỉ miễn phí cho đến khi chúng tôi kiếm được tiền để trả lại. Không lâu sau, tôi bắt đầu vận dụng khả năng thợ mộc của mình để kiếm được đủ số tiền mà chúng tôi cần".

Ludwig gật đầu. "Vậy là các anh có thể kiếm đủ tiền để sống hả?"

David đáp: "Với tôi thì đủ. Nhưng đối với Leonard thì không. Chúng tôi đã nỗ lực tìm kiếm, nhưng không thể tìm được công việc nào cho anh ta".

Ludwig xen vào: "Kỳ lạ. Anh nói tiếp đi".

"Ngày Chúa Nhật đầu tiên của chúng tôi ở trên đảo Saint Thomas, chúng tôi tìm kiếm Abraham và Anna, là hai người thân của Anthony, để gửi thư của Anthony cho họ. Chúng tôi tìm được họ và đọc lá thư cho hai người đó nghe. Trong thư, Anthony kể về Cơ Đốc giáo và nài xin hai người ấy hãy tin Chúa. Sau đó, chúng tôi giải thích về sự cứu rỗi cho Abraham và Anna hiểu. Không lâu sau, những người nô lệ da đen khác đến nhóm lại để lắng nghe chúng tôi. Họ vô cùng ngạc nhiên khi thấy chúng tôi muốn họ nghe về Chúa. Trước đây, họ bị ngăn cấm không được nghe đọc hay giảng về Kinh Thánh. Họ tỏ ra thận trọng với chúng tôi, sợ rằng sự xuất hiện của chúng tôi là cái bẫy của những người chủ nô lệ. Có lúc họ đuổi chúng tôi đi chỗ khác. Nhưng chúng tôi cầu nguyện và tiếp tục chia sẻ Phúc Âm cho họ".

"Vào tháng 4, tôi lên tàu trở về nhà. Trước khi tôi đi, tôi cầu nguyện tha thiết xin Chúa bao phủ và khích lệ Leonard. Công việc vẫn còn nhiều khó khăn ở phía trước. Không chỉ những người nô lệ nghi ngờ chúng tôi, mà hầu như mấy người chủ nô lệ cũng coi thường và ghét những việc chúng tôi đang làm. Chúng ta phải cầu nguyện xin Chúa dẫn dắt Leonard tiếp cận những trái đầu mùa mà ông đã căn dặn chúng tôi trước lúc ra đi".

Ludwig vừa được thôi thúc vừa cảm thấy buồn trước những gì David thuật lại. Ông cảm thấy hào hứng vì họ tới đảo Saint Thomas an toàn và bắt đầu công tác giáo sĩ của mình, còn công tác chinh phục linh hồn thì đang gặp khó khăn như những gì Anthony đã cảnh báo họ. Nhưng ông tin chắc rằng Chúa sẽ dẫn dắt Leonard tiếp cận những trái đầu mùa ấy trong thời điểm của Ngài.

Vài ngày sau khi David trở về Herrnhut, Matthaus Stach và em mình là Christian, cùng với Christian David, rời khỏi cộng đồng đi đến Greenland, Friedrich Bohnisch cũng ra đi chừng một năm sau đó. Cũng giống như Leonard ở trên đảo Saint Thomas, họ phải đối diện với nhiều thách thức, từ việc học ngôn ngữ rất khó khăn, cho đến việc những người Eskimos vừa tỏ ra kém thân thiện và cứ nghĩ rằng họ đến để chiếm đoạt thứ gì đó.

Công tác sai phái những giáo sĩ đầu tiên đến Saint Thomas và Greenland, trong khi người Moravia vẫn đang cầu nguyện cho những trái đầu mùa, thì một điều gì đó vượt quá cả sự tưởng tượng của Ludwig đã bắt đầu hình thành.

CHƯƠNG 9
MỞ RỘNG
CÔNG TÁC

Mặc dù có nhiều nghi ngờ dấy lên từ phía hoàng gia về Herrnhut, cộng đồng này vẫn tiếp tục trỗi dậy, càng có nhiều Cơ Đốc nhân đến từ Đức và nhiều nơi khác. Một trong những người mới đến Herrnhut đã cho Ludwig thấy được tình bạn và sự giúp đỡ trung thành. Đó là chàng trai August Gottlied Spangenberg hai mươi chín tuổi, một nhà thần học tài giỏi vừa mới được cấp bằng cử nhân từ trường Đại học Jena. Một lần nọ đi tới Jena, Ludwig gặp August và thích ngay anh chàng này. August là một người có bản tính tốt và chân thành, anh cũng là một trong những lãnh đạo tin kính tại trường đại học. Anh cũng có thói quen sống bày tỏ đức tin bằng hành động, khi còn ở tại Jena anh đã giúp thành lập một vài trường học từ thiện cho trẻ em nghèo.

Vào cuối mùa xuân năm 1733, August quyết định gia nhập cộng đồng Herrnhut. Ludwig rất vui với quyết định của August và chẳng bao lâu sau August trở thành trợ lý của Ludwig. Giống như Errdmuth, anh ta quản lý rất nhiều chi tiết diễn ra hàng ngày trong đời sống của Ludwig cũng như của cộng đồng Herrnhut.

Vào tháng 12 năm 1733, Ludwig yêu cầu August đi cùng với Tobias Leupold, mười bốn người nam và bốn người nữ khác đi đến Copenhagen. Cả nhóm cùng cưu mang cho đảo Saint Thomas và hòn đảo Saint Croix ở kế bên nữa. Tobias là người sẽ thay thế cho Leonard ở đảo Saint Thomas. Vì trong khi vắng mặt, Leonard đã được cộng đồng chọn trở thành người đứng đầu và cần phải trở về Herrnhut càng sớm càng tốt.

Một buổi nhóm nữa được tổ chức để sai phái các giáo sĩ mới ra đi. Trong buổi nhóm, Ludwig chia sẻ từ tấm lòng mình, chỉ dẫn các giáo sĩ mới rằng: "Hãy nhớ, các anh không được dùng địa vị của mình để cai trị những người tin Chúa. Thay vì thế, các anh phải sống hạ mình, sống bằng đức tin và quyền phép của Đức Thánh Linh mà làm gương cho họ. Giáo sĩ không được tìm lợi riêng, không được ngồi chỗ cao trọng hay tìm kiếm danh vọng. Giống như chiếc xe ngựa ở Luân Đôn, mỗi người trong các anh phải sống coi chừng trước nguy hiểm, mưu chước và sự kiêu ngạo. Các anh phải bằng lòng chịu khổ, chịu chết và không được người khác nhớ tới".

Trong khi chờ đợi Leonard trở về để gánh vác trọng trách mới, Ludwig chỉ định Anna Nitschmann mười tám tuổi tạm thay thế vị trí lãnh đạo. Anna đã có được cơ hội chứng tỏ khả năng và đức tin của mình khi còn lãnh đạo ca đoàn nữ độc thân.

Không lâu sau khi các giáo sĩ ra đi đến đảo Saint

Thomas và Saint Croix, một nhóm khác cũng rời đi khỏi điền trang Berthelsdorf. Ludwig chào tạm biệt những người thuộc giáo hội Schwenkfelders trong sự buồn bã, họ đi đến Hà Lan, rồi từ đó đi đến Bắc Mỹ theo như kế hoạch định sẵn.

Cùng với việc các giáo sĩ được an toàn đến vùng biển Ca-ri-bê, Ludwig đã thành công với kế hoạch trở thành một mục sư Lutheran. Ông không nói với mẹ điều ông đang làm. Ông biết bà sẽ rất khó chịu vì con của bà là một bá tước lại trở thành một mục sư. Tất nhiên, ông biết rằng tin đồn sẽ đến tai bà thôi, nên ông quyết định chờ tới lúc đó sẽ nói chuyện với bà về vấn đề này.

Trở về từ Copenhagen, August đã giúp Ludwig nghiên cứu và chuẩn bị cho quá trình tấn phong đầy khó khăn. Vào tháng 4 năm 1734, Ludwig cảm thấy đã sẵn sàng đi đến Stralsund để trải qua kỳ kiểm tra đầu tiên của mình. Kỳ kiểm tra này, bằng tiếng Đức và tiếng La-tinh, diễn ra trong vòng ba ngày. Vào cuối kỳ kiểm tra, Ludwig được yêu cầu chia sẻ một loạt năm bài giảng.

Trong sự vui mừng, Ludwig đã vượt qua tất cả bài kiểm tra và ngay cả phần chia sẻ để được cấp giấy chứng nhận thần học. Điều này có nghĩa là giờ đây ông đã có thể xin để trở thành một mục sư Lutheran, mặc dù đây là một bước tiến đòi hỏi ông phải có nhiều kiên nhẫn, vì trường hợp của ông cần có một ngoại lệ. Thông thường, trước khi được tấn phong mục sư, một mục sư Lutheran phải kể tên hội chúng Lutheran đã mời ông. Nhưng Ludwig không có hội chúng nào mời cả. Còn những người mà ông muốn phục vụ lại là những Cơ Đốc nhân ở Herrnhut, họ không phải là một hội chúng được công nhận trong Giáo hội Lutheran. Ludwig bắt đầu viết thư để tác động các lãnh đạo Hội thánh và hoàng gia, với hy vọng sẽ tìm được lối thoát cho tình cảnh của mình.

Trong lúc ấy, Erdmuth hạ sinh đứa con thứ tám. Đứa con gái thứ hai của họ được đặt tên là Anna sinh vào ngày 7 tháng 8 năm 1734. Một tháng sau đó, Leonard cũng trở về Herrnhut từ đảo Saint Thomas. Đi cùng anh ta là một cậu bé da đen bảy tuổi tên là Oly.

Khi anh ta vừa tới nơi, một buổi họp được tổ chức để Leonard có thể thuật lại cho cộng đồng biết công tác giáo sĩ của anh ở trên đảo Saint Thomas như thế nào. Bầu không khí trong phòng trở nên sôi nổi khi Leonard đứng dậy phát biểu. Mọi người đều muốn biết Oly là ai.

Leonard bắt đầu nói: "Oly là trái đầu mùa trên đảo Saint Thomas".

Ludwig quan sát với vẻ vui mừng khi nụ cười trên gương mặt của Oly xuất hiện sau khi nghe điều đó.

"Không lâu sau, khi người anh em David rời khỏi đảo Saint Thomas để trở về Herrnhut, Oly trở thành bạn tôi. Cậu bé là một đứa trẻ mồ côi và có nó bên cạnh giúp tôi bớt cô đơn. Chúng tôi cười đùa và giỡn với nhau, dần dần tôi kể cho cậu bé nghe về tình yêu của Chúa Jêsus. Lúc đầu, nó không mấy quan tâm, nhưng rồi một ngày nọ sau nhiều tháng trời, Oly nói với tôi rằng nó muốn tin Chúa và trở thành Cơ Đốc nhân. Tất nhiên là tôi rất vui và đã khóc trước quyết định của cậu bé. Nó là trái đầu mùa, nhưng sẽ không phải là cuối cùng. Những người khác cũng sẽ tin Ngài".

Ludwig lắng nghe kỹ càng tất cả những gì Leonard nói. Công tác chia sẻ Phúc Âm ở hải ngoại rất khó khăn, nhưng từng chút một mọi thứ đang tiến triển tốt hơn.

Trong khi mọi người đang chăm chú, Leonard tiếp tục kể về cách anh ta đã chăm sóc những người nô lệ da đen mắc bệnh sốt rét như thế nào. Rất nhiều người đã bỏ mạng, nhưng có nhiều nô lệ khác để ý cách Leonard không màng đến bản thân mà chăm sóc những người bị bệnh. Một cuộc nổi dậy của những người nô lệ bùng nổ ở hòn đảo láng giềng Saint John, từng người da trắng đều bị giết, trừ ra một người. Những người chủ da trắng ở trên đảo Saint Thomas sợ rằng khi cuộc nổi dậy tràn qua đảo của họ thì những người nô lệ sẽ nổi dậy và giết hết mọi người. Họ ra lệnh cho tất cả người da trắng di cư ra khỏi đồn điền để bảo vệ tính mạng, còn Leonard từ chối không muốn bỏ đi. Anh ta giải thích rằng Chúa đã kêu gọi anh đến đây để phục vụ những người nô lệ, nếu anh bị giết khi làm theo tiếng gọi thì anh sẵn sàng chịu chết.

May mắn thay, cuộc nổi dậy không ảnh hưởng đến hòn đảo Saint Thomas, quân đội Pháp đã được gửi đến để dập tắt cuộc nổi dậy ở trên đảo Sain John, có tới hàng trăm người nô lệ phải thiệt mạng.

Tuy nhiên, cuộc nổi dậy của những người nô lệ không làm cho Leonard phải đối diện với cái chết cận kề; mà chính là căn bệnh sốt rét. Leonard đã mắc bệnh trước mùa giáng sinh và phải nằm trên giường nhiều ngày, mạng sống của anh bị treo lơ lửng giữa sự sống và cái chết. Khi anh đã hoàn toàn hồi phục, anh từ bỏ công việc thợ gốm để kiếm sống. Kỳ thực, ở trên đảo không hề có loại đất sét nào thích hợp để làm ra những bình gốm. Thay vì thế, Leonard làm người gác đêm để kiếm sống. Sau cùng, Leonard kết thúc khoảng thời gian ở trên đảo Saint Thomas vừa thách thức mà cũng vừa đáng giá. Chúa đã ban phước cho anh và những người khác qua cuộc đời của anh.

Sau khi Leonard nói xong về công tác giáo sĩ ở đảo Saint Thomas, những người khác trong cộng đồng được thôi thúc để dấn thân vào công tác truyền giáo ở hải ngoại. Ludwig không còn gì vui mừng hơn nữa. Nhưng vài tháng sau đó, Ludwig nhận được một lá thư từ Tobias Leupold nói rằng chín người trong số mười chín giáo sĩ đến đảo Saint Thomas và Saint Croix đã qua đời vì bệnh sốt rét và những căn bệnh nhiệt đới khác.

Tin tức từ đảo quốc Greenland cũng không khích lệ mấy. Bệnh đậu mùa là căn bệnh chết người vừa bùng phát ở bờ tây của hòn đảo đã giết chết hơn ba ngàn người. Mặc dù các giáo sĩ đang làm việc không ngừng nghỉ giữa vòng những người bản địa, nhưng chẳng ai đáp lại sứ điệp của họ. Bệnh đậu mùa đã lan đến các làng mạc vì một người Eskimo trở về từ châu Âu, khiến nhiều người ở đảo quốc Greenland nghi ngờ về việc có nên liên hệ với thế giới bên ngoài không.

Nhưng Ludwig vẫn được khích lệ khi nghe thấy ba người giáo sĩ ở Greenland đã kết ước với nhau. Họ cam kết sẽ "không bao giờ quên rằng họ đến được nơi này là nhờ có Đấng Cứu Thế là Chúa Jêsus ở cùng, các dân tộc trên đất sẽ nhờ Ngài mà được phước, không phải bởi quy tắc thấy được mà là bởi đức tin".

Giờ đây, mặc kệ những tiêu cực, các thành viên trong cộng đồng Herrnhut đã đón nhận khải tượng rao truyền Phúc Âm ở hải ngoại của Ludwig. Càng ngày càng có nhiều người dấn thân vào công tác giáo sĩ ở nhiều nơi trên thế giới. Các giáo sĩ cũng sớm chuẩn bị được sai đến Surinam và Lapland.

Trong khi mọi thứ đang diễn ra, Ludwig vẫn đang tìm cách để trở thành mục sư của Giáo hội Lutheran. Mọi cánh cửa mà ông cố gắng vượt qua đều đóng lại trước mặt ông, cho đến khi August Spangenberg thay mặt ông đề nghị với trường đại học Tubingen. Cuối cùng, bộ phận lãnh đạo cũng đồng ý rằng theo luật thì Giáo hội của họ có cho phép mục sư được phong chức mà không cần chỉ định vào một hội chúng nào cả. Điều này đã mở ra con đường cho Ludwig, chẳng bao lâu sau Giáo hội Lutheran đã đồng ý cho ông trở thành mục sư mà không cần có hội chúng. Vào những ngày đầu của tháng 12 năm 1734, Ludwig đi đến Tubingen để được tấn phong mục sư.

Ludwig phải viết ra lời chứng cá nhân của mình, đây là một phần không thể thiếu trong quá trình tấn phong mục sư. Ông suy nghĩ rất lâu để tìm cách cô đọng lại rất nhiều thông tin để vừa vặn vài trang giấy. Cuối cùng, ông đã viết rằng:

Lúc tôi mười tuổi là thời điểm tôi bắt đầu hành trình cá nhân với Chúa Jêsus, là Cứu Chúa của tôi. Kiến thức hạn hẹp của tôi được bù đắp bởi tính thành thật. Bây giờ, tôi đã được ba mươi bốn tuổi; mặc dù tôi có nhiều kinh nghiệm, nhưng tâm trí tôi không thay đổi nhiều. Lòng nhiệt thành của tôi vẫn chưa nguôi… Tôi vẫn tiếp tục, cho đến tận bây giờ, chinh phục những linh hồn về với Cứu Chúa yêu dấu, nhóm hiệp bầy chiên của Ngài, tiếp đãi khách lạ và tuyển mộ những tôi tớ Chúa… Tôi sẽ đi đến các quốc gia xa xôi, có những người không biết Chúa Jêsus và sự cứu rỗi trong huyết Ngài. Tôi sẽ cố gắng bắt chước nỗ lực của anh em mình, họ được vinh dự trở thành những người rao truyền Tin Lành đầu tiên cho những người chưa tin… Tình yêu của Chúa Jêsus sẽ cứ thôi thúc tôi, còn thập tự giá của Ngài sẽ khiến tôi được tươi mới. Tôi sẽ vui mừng sống dưới các bậc cầm quyền và sẽ là bạn tốt của những ai đối nghịch mình.

Vào ngày 19 tháng 12 năm 1734, Bá tước Ludwig von Zinzendorf chính thức được tấn phong trở thành mục sư trong Giáo hội Lutheran. Ao ước của Ludwig đã được hoàn thành và cũng là một phương án để bảo vệ cộng đồng mà ông yêu thương. Giờ đây, ông có thể che chở cộng đồng Herrnhut khỏi những lời cáo buộc cho rằng họ đang chống lại Giáo hội Lutheran. Là mục sư, ông cũng có thể thực thi các quyền hạn được cho phép như làm lễ báp-tem, hôn lễ, đám tang và lễ tiệc thánh.

Trong lúc đó, August Spangenberg đi tới Luân Đôn để gặp Tướng James Oglethorpe và James Vernon, là thư ký của ban quản lý thuộc địa Georgia ở Bắc Mỹ. Tại đó, ông ta nhận được một khoảng đất trong địa phận của thuộc địa, với diện tích chừng năm trăm mẫu Anh dọc con sông Ogeeche. Vào đầu năm 1735, August đã dẫn một nhóm khoảng chín giáo sĩ Moravia từ Herrnhut đến Georgia. Mục đích của họ trong chuyến đi này là để thực hiện hai điều. Thứ nhất là người Moravia ở Georgia có thể chuẩn bị một nơi ở cư trú cho những người Moravia di cư từ Herrnhut nếu bị Saxony trục xuất; thứ hai là để xây dựng một cơ sở huy động công tác giáo sĩ giữa vòng những người thổ dân da đỏ ở Bắc Mỹ.

Năm 1735 tiếp tục là khoảng thời gian gửi đi nhiều giáo sĩ hơn. Vào tháng 1, hai người đàn ông ra đi đến vùng ven biển Guinea của châu Phi, đến tháng 5 lại có thêm mười một giáo sĩ nữa đến đảo Saint Croix.

Vào cuối năm đó, cộng đồng Herrnhut nhận được tin báo rằng Tobias Leupold đã qua đời, sau khi vừa có bảy giáo sĩ mới đến. Còn chín người giáo sĩ, bao gồm cả một vài người đã đi cùng Tobias lúc trước, đã quyết định trở về Herrnhut nghỉ ngơi vì vấn đề sức khoẻ. Ba người qua đời trong hành trình trở về nhà. Vậy là có hai mươi hai người trong số hai mươi chín giáo sĩ đầu tiên được sai đi đã qua đời. Cộng đồng Herrnhut gọi hoàn cảnh đau thương này là "cái chết vĩ đại". Vài người muốn họ từ bỏ sứ mạng vì mạng sống của con người là quan trọng, nhưng điều ngược lại đã xảy ra. Cứ mỗi người giáo sĩ ngã xuống, thì lại có hai người khác ra đi tiếp tục công tác của họ. Một công trường truyền giáo được mở ra tại Surinam, vùng ven biển phía Đông Bắc của Nam Mỹ, các giáo sĩ đầy lòng nhiệt thành đã ra đi để thực hiện công tác ấy, dù biết rằng cơ hội gặp lại gia đình và quê hương là rất ít.

Mặc dù Ludwig lo lắng cho những người di cư Moravia tại Herrnhut có thể bị trục xuất khỏi Saxony, nhưng điều ngạc nhiên là chính ông lại bị trục xuất khỏi vương quốc! Giới quý tộc tại Saxony ngày càng không hài lòng trước đường lối tôn giáo không chính thống của ông lâu nay. Nhiều người nghĩ rằng ông đã đi quá xa trong khi chính ông, là một Bá tước, được tấn phong trở thành mục sư của Giáo hội Lutheran. Chính hành động đó đã phá vỡ những định kiến tôn giáo và xã hội đã giữ mọi người phải ở đúng "chỗ" của mình. Cuối cùng, Baron Huldenberg của Neukirch, một nhà quý tộc ở Saxony, không thể chịu được nữa. Ông than vãn với hoàng gia tại Dresden rằng Ludwig đang dụ dỗ những người đang sống ở điền trang của mình đến sống ở Herrnhut. Còn hoàng gia đã lắng nghe quá nhiều lời công kích chống lại Ludwig, nên vào ngày 20 tháng 3 năm 1736, quốc vương mới lên ngôi là vua Frederick Augustus III đã ra chỉ dụ trục xuất ông khỏi vương quốc.

Đến ngày 21 tháng 4, khi Ludwig đang trên đường trở về nhà từ Holland cùng với Erdmuth, con cái của họ và một nhóm người từ cộng đồng Herrnhut, thì ông nghe được tin báo. Thay vì trở về điền trang Berthelsdorf, cả đoàn đi đến Ebersdorf, là nơi Ludwig có thể ở với bạn bè cho đến khi ông biết phải làm gì tiếp theo.

Khi mọi chuyện vẫn còn quá bất ngờ, Ludwig không để cho việc bị trục xuất khỏi Saxony khiến ông suy sụp hay dừng lại công tác của mình. Ông xem đó là cơ hội Chúa cho để mở rộng công tác vượt xa hơn khu điền trang Berthelsdorf. Ông bắt đầu tìm kiếm một chỗ mới để sống. Ông nghe nói về hai tòa lâu đài cổ gọi là Ronneburg và Marienborn, tọa lạc tại quận Wetteravia. Hai lâu đài cổ này đã quá cũ kỹ, không có người ở, thuộc điền trang của Bá tước Casimir ở Budingen. Vị bá tước này đã gặp sự cố về kinh tế, còn Ludwig thì biết rằng ông sẵn sàng cho thuê hai lâu đài cổ đó.

Ludwig gửi Christian David, là người mới trở về từ đảo quốc Greenland, đến xem xét lâu đài Ronneburg. Christian nói lại là tình trạng không tốt. Lâu đài Ronneburg đang có tình trạng mục nát, dơ dáy và chắc chắn không phải là chỗ ở cho một bá tước thuộc Đế quốc La Mã thiêng liêng. Để làm cho vấn đề tệ hơn, nhà xí, nông trại và chuồng ngựa của tòa lâu đài đã cho năm mươi sáu gia đình người Do Thái, những người lang thang và những "kẻ lêu lổng" thuộc tầng lớp hạ lưu thuê. Christian khuyên Ludwig tìm chỗ khác để sống thì hơn.

Ông lắng nghe kỹ những gì Christian thuật lại, Ludwig không thể nào phớt lờ cảm nhận trong lòng mình rằng: đây là nơi mà Chúa đã chọn để ông có thể mở rộng công tác của mình cho dù tòa lâu đài có vẻ hoang tàn. Ludwig tự nghĩ, tại sao lại không bắt đầu công tác với tầng lớp hạ lưu trong xã hội? Phúc Âm chắc chắn cũng dành cho họ như những người khác. Ông nói với Christian về quyết định của mình: "Tôi sẽ làm cho tòa lâu đài và cái nơi dành cho những kẻ lêu lổng mà anh nói trở thành trung tâm truyền bá Tin Lành của Cứu Chúa".

Christian đã tìm mọi cách khuyên Ludwig không nên sống ở một nơi tồi tàn như vậy, nhưng Ludwig đã nhất quyết làm vậy. Nếu đó là nơi Chúa chọn cho họ, thì họ không thể đi đâu được nữa.

Trong vòng vài ngày, Ludwig đồng ý với Bá tước Casimir ở Budingen để thuê lâu đài Ronneburg, ông và cả đoàn di cư từ Herrnhut đến không lâu sau đó. Vào ngày 17 tháng 6 năm 1736, Ludwig đã chia sẻ bài giảng đầu tiên ngay bên trong tòa lâu đài.

Giống như Christian đã thuật lại, lâu đài Ronneburg đã có tình trạng mục nát. Các bức tường có nhiều vết nứt, mái nhà bị dột, khi mặt trời lặn thì lâu đài trở thành một nơi đáng sợ. Những con chuột lớn và nhỏ chạy lon ton lên xuống những bậc cầu thang đã mục nát, tiếng gió rít lên qua những khung cửa sổ bị vỡ. Tòa lâu đài chỉ còn vài thứ dùng được, mọi người ngay cả Ludwig, Erdmuth và mấy đứa nhỏ phải ngủ trên đống rơm dưới sàn nhà. Mặc kệ điều kiện sống không như trước, Ludwig khích lệ mọi người trong nhóm hãy cùng với ông thay đổi nơi này thành tổ ấm. Họ bắt đầu dọn dẹp những miếng gỗ mục và lau chùi những bức tường.

Trong vài ngày, cả nhóm đã mở ra trường học miễn phí cho mấy đứa trẻ "lêu lổng", dạy các em trai và bé gái biết đọc và biết viết. Họ cũng tổ chức các buổi nhóm Cơ Đốc dành cho người lớn và thăm viếng những ai có nhà cửa bị đổ nát. Không lâu sau, trẻ em được mời vào lâu đài dùng bữa với mấy đứa con của Ludwig. Mọi người lấy làm lạ, khi nhìn thấy những đứa trẻ nghèo khổ trong bộ dạng rách rưới lại dùng bữa với mấy đứa con của một bá tước.

Ludwig cũng ra lệnh không cho phép có người ăn

xin. Cứ hai lần một tuần, ông chuẩn bị đồ ăn và quần áo để phân phát cho người nghèo đang sống ở xung quanh lâu sở đài.

Một ngày nọ, khi ông đi dạo vòng quanh khu đất của lâu đài, Ludwig gặp một người Do Thái tóc bạc, gọi là Ra-bi Abraham. Khi ông lão nhìn thấy Ludwig, ông ta bắt đầu lẩn tránh. Ludwig dừng ông ta lại. Ông nói tử tế: "Hãy ở lại nói chuyện với tôi. Tóc bạc là mão triều thiên. Tôi có thể thấy từ trên đầu cho đến ánh mắt của ông đang nói lên rằng ông có nhiều trải nghiệm về đời sống và cảm nhận ở trong lòng. Nhân danh Đức Chúa Trời của Áp-ra-ham, của Y-sác và của Gia-cốp, chúng ta hãy làm bạn với nhau nhé". Ông đưa tay ra bắt tay Ra-bi Abraham.

Ông lão đứng nhìn chăm chăm, miệng há hốc ra.

Ludwig nói: "Tôi cảm thấy sự khó chịu của ông. Có lẽ ông chưa bao giờ nghe một người Cơ Đốc nhân chào xã giao như vậy. Đa số họ đều nói rằng: "Người Do Thái, hãy biến đi!"

Môi của Ra-bi Abraham bắt đầu rung lên, còn nước mắt đọng lại trong khoé mi.

Ludwig nói an ủi rằng: "Đủ rồi, thưa cha, chúng ta thờ phượng cùng một Đức Chúa Trời và chúng ta hiểu nhau. Còn điều gì ngăn trở chúng ta kết bạn với nhau nữa chăng?"

Từ đó, hai người trở thành bạn bè. Ludwig thường tới thăm Ra-bi Abraham tại ngôi nhà nhỏ đang có tình trạng xuống cấp, nhiều lần họ đi bộ với nhau vào sáng sớm trước khi mặt trời mọc.

Một buổi sáng nọ, khi hai người đi bộ vào lúc rạng đông, Ra-bi Abraham mở lòng ra với Ludwig. Ông ta nói: "Tôi mong mỏi được thấy ánh bình minh. Tôi đang bị bệnh, nhưng lại không biết mình bị gì. Tôi đang tìm kiếm một điều gì đó, nhưng lại không biết tìm cái gì. Tôi sống như một người bị rượt đuổi, nhưng lại chẳng có ai là kẻ thù, ngoại trừ một người ở trong tôi, đó là cái tôi xấu xa của mình".

Chớp lấy cơ hội, Ludwig bắt đầu chia sẻ về Phúc Âm với Ra-bi Abraham. Ông nói với ông lão về Chúa Jêsus, Ngài đã đến làm người để đem loài người đến gần Đức Chúa Trời, Ngài đã bị giết trên thập tự giá như thế nào. Khi Ludwig nói, những giọt nước mắt chảy dài trên hai gò má và rơi xuống hàm râu của Ra-bi Abraham.

Hai người leo lên một ngọn đồi, trên đó có một nhà thờ nhỏ. Khi mặt trời mọc, thập tự giá màu vàng của ngôi nhà thờ lóng lánh tia sáng.

Ludwig nói: "Ông có thấy không, Ra-bi Abraham. Đó là dấu hiệu từ trời dành cho ông. Đức Chúa Trời của tổ phụ ông đã cho ông thấy cây thập tự đó, bây giờ mặt trời mọc đã làm cho nó trở nên rực rỡ hơn. Hãy tin Ngài là Đấng đã bị tổ phụ của ông làm đổ huyết ra, để Đức Chúa Trời bày tỏ sự thương xót, để ông được tự do khỏi tội lỗi và tìm thấy Ngài là sự cứu rỗi của mình".

Ra-bi Abraham nói: "Tôi tin. Ngợi khen Chúa vì Ngài đã thương xót con".

Ludwig rất vui trước quyết định tin Chúa của Ra-bi Abraham. Chúa đang ban phước cho cộng đồng mới này, là nơi mà họ quyết định gọi là Herrnhaag, theo tên của Hội thánh Haag tọa lạc gần đó.

Vào ngày 6 tháng 11 năm 1736, Ludwig nhận được một phước hạnh nữa. Erdmuth hạ sinh thêm một bé gái mà họ đặt tên là Maria.

Khi cộng đồng Herrhaag tăng trưởng, Ludwig bắt đầu mời mọi người ở xung quanh tham gia vào một "Đoàn Hành Hương". Đó sẽ là một Hội thánh di động – một nhóm Cơ Đốc nhân được kêu gọi để "rao truyền Đấng Cứu Thế cho cả thế giới". Khẩu hiệu mới của ông là "Trái đất này là của Chúa; mọi linh hồn là của Ngài; tôi nợ mọi người". Ông thấy món nợ này được trả đủ khi Phúc Âm được giảng ra cho muôn dân và nhìn thấy sự hiệp một giữa vòng Cơ Đốc nhân được diễn ra khắp nơi. Từ khi bị trục xuất không được trở về Berthelsdorf và Saxony, ông dự định đi đến nhiều nơi để chia sẻ sứ điệp hy vọng.

CHƯƠNG 10
BÀI GIẢNG TUYỆT VỜI CHO CHÚNG TÔI

Năm 1737 bắt đầu với những tin khủng khiếp. Ludwig khóc lớn khi biết được các nhà cầm quyền ở Nga đã trả về ba người giáo sĩ được sai đi từ Herrnhut, họ đã đến làm việc với người Samoyede đang sinh sống dọc bờ biển Bắc Cực. Họ cảnh cáo những người này là nếu còn bị bắt gặp ở Nga một lần nữa, họ sẽ bị thiêu sống.

Vào ngày 31 tháng 8 năm đó, Christian Ludwig von Zinzendorf được ba tuổi đã qua đời vì bị sốt. Ludwig lại khóc lớn tiếng thêm một lần nữa.

Tuy nhiên, trong nỗi tuyệt vọng, những điều tốt đẹp cũng xảy ra. Ludwig nhận được một báo cáo đáng mừng từ August Spangenberg. August nói rằng một nhóm từ Herrnhut đã kết bạn với nhiều người khi lên tàu *Simmonds* đến Georgia. Ở Luân Đôn, tàu đã đón Tướng James Oglethorpe, thống đốc thuộc địa Georgia. Đi cùng ông ta là thư ký Charles Wesley có một người em là John cũng ở trên tàu. John đang trên đường đến

Georgia để làm việc với tư cách là giáo sĩ Anh giáo. August viết rằng anh ta và John đã có những cuộc đối thoại rất lâu với nhau. John hứng thú với lối sống bằng đức tin của những thành viên trong cộng đồng Herrnhut.

Một năm sau đó, Ludwig đến Luân Đôn, ông thuê phòng trọ để ở sáu tuần tại Lindsey House ở Chelsea. Ông đến Luân Đôn để bàn kế hoạch tương lai cho nhiều người Moravia đến ở tại Georgia. Lúc đó, Charles Wesley đã trở về từ Mỹ, ông ta là người thay mặt cho thuộc địa Georgia thoả thuận với Ludwig.

Charles và Ludwig trở thành bạn bè ngay lập tức. Mặc dù Ludwig nói tiếng Anh chưa lưu loát, cả hai dành hàng tiếng đồng hồ để trò chuyện với nhau bằng tiếng La-tinh. Họ thường gặp nhau ở Lindsey House để cầu nguyện và hát thánh ca. Charles giới thiệu với Ludwig nhiều người nam và người nữ rất mộ đạo của nước Anh, còn Ludwig thì rất thích dành thời gian với những Cơ Đốc nhân có cùng tư tưởng. Cũng tại nước Anh người ta bắt đầu đề cập nhiều về những cộng đồng Unitas Fratrum, Herrnhut và Herrnhaag là Hội thánh của người Moravia, và những cái tên bắt đầu được nhắc đến nhiều hơn.

Không lâu sau khi ông trở về từ nước Anh, Ludwig được phong làm giám mục trong Hội thánh Moravia. Điều này không có nghĩa ông sẽ không còn là mục sư của Giáo hội Lutheran nữa. Hơn thế, Ludwig có một vị trí đặc biệt để quản lý hai hệ phái cùng một lúc. Ông trở thành giám mục của Hội thánh vì ông cần phải có tư cách để phong chức mục sư cho những người Moravia.

Rất nhiều giáo sĩ đã được Herrnhut sai đi đang gặp khó khăn vì họ không được phong chức mục sư. Họ bị cấm thi hành các quyền hạn của mục sư như làm lễ cưới, làm phép báp-tem và làm lễ tiệc thánh. Nhưng nếu họ không làm những điều này, thì ai sẽ làm? Có nhiều trường hợp, các thương gia người da trắng, chủ nô và các viên chức của hoàng gia đã cấm những người nô lệ và người bản xứ tham gia các Hội thánh Moravia.

Vài người nghĩ rằng Ludwig đã chuyển từ Giáo hội Lutheran sang Giáo hội Moravia, nhưng sự thật là ông không có nhiều thời gian với những người lo ngại quá nhiều về việc Cơ Đốc nhân nên thuộc giáo hội nào.

Một người Moravia hỏi Ludwig rằng: "Sự hiệp một có phải là đồng ý với nhau cho dù mỗi người nghĩ khác nhau không?"

Ludwig đáp: "Phải. Đó là sợi dây ràng buộc của sự hiệp một. Về bản chất thì các tạo vật khác nhau đều có những suy nghĩ khác nhau, đối với thế giới tâm linh cũng vậy. Chúng ta phải học cách chấp nhận rằng những khác biệt trong suy nghĩ là một điều tốt đẹp. Có bao nhiêu tư tưởng khác nhau thì có bấy nhiêu người có niềm tin nơi Chúa, cho nên chúng ta không thể ép buộc mọi người phải có cùng một tiêu chuẩn được. Chỉ có Chúa, bởi sự khôn ngoan không dò được của Ngài, mới là Đấng đoán xét mỗi người".

Ludwig tiếp tục sống cuộc đời tha hương, những trưởng lão tại Herrnhut đã viết thư cho ông thường xuyên và đến thăm ông tại Hernhaag. Trong lúc ấy, Erdmuth sinh thêm đứa con thứ mười và sau đó là đưa thứ mười một. Johanna sinh ngày 4 tháng 8 năm 1737, còn David sinh ngày 22 tháng 10 năm 1738. Hai tháng sau khi David chào đời, Anna bốn tuổi qua đời. Cô bé được chôn ở God's Acre, là nghĩa trang của cộng đồng tại Herrnhaag.

Với sự lan rộng của cộng đồng Unitas Fratrum, công tác giáo sĩ tiếp tục được mở rộng. George Schmidt cũng tình nguyện đến làm việc giữa vòng bộ tộc Hottentot ở Nam Phi. Mặc dù Công ty Đông Ấn của người Hà Lan đã cai quản khu vực Nam Phi được một trăm năm rồi, họ không hề chia sẻ Cơ Đốc giáo với những người Hottentot. Kỳ thực, mọi chuyện lại diễn ra ngược lại. Các giáo sĩ người Hà Lan ở Nam Phi ám chỉ người Hottentot là "bò đen" và giảng rằng họ không có linh hồn và họ thuộc loài khỉ đầu chó. Tất cả những điều này làm lay động lương tâm của những người Moravia, họ muốn gửi George đến làm việc với những anh em người da đen của họ.

Các giáo sĩ Moravia khác đến Amsterdam, Hà Lan, làm việc với những người Do Thái. Đây là một điều hoàn toàn mới mẻ. Đến thời điểm này, hầu hết các hệ phái Cơ Đốc đều nghi ngờ người Do Thái và thường khinh bỉ họ. Nhưng bây giờ đã có một nhóm đến chia sẻ Phúc Âm cho người Do Thái. Bằng cách đó, họ đang làm theo tấm gương của Ludwig đã đối xử với Ra-bi Abraham.

Những tin vui từ đảo quốc Greenland cũng được gửi đến. Sau một khởi đầu không mấy hứa hẹn đối với công tác giáo sĩ tại đó, vào tháng 6 năm 1738, một "cuộc phấn hưng lớn" đã bùng nổ ở Greenland. Rất nhiều người tin Chúa và được thêm vào Hội thánh.

Ludwig rất vui khi biết được những điều tốt đẹp đang xảy ra. Ông cầu nguyện và kiêng ăn nhiều hơn cho tất cả giáo sĩ đang gặp hoàn cảnh khó khăn. Thế mà vẫn có người chỉ trích ông. Họ nói rằng: "Vị bá tước này chỉ muốn sai người khác đến những nơi bệnh tật để họ chết ở đó, còn ông ta thì chẳng chịu đi đâu cả!"

Chính những lời nói ấy đã thách thức Ludwig, ông bắt đầu tự hỏi có nên trở thành giáo sĩ luôn không, có lẽ đến đảo Saint Thomas là nơi bắt đầu công tác giáo sĩ của người Moravia. Ludwig trăn trở với suy nghĩ đó, nhưng ông không tìm được sự bình an để biết phải làm gì. Cuối cùng, ông quyết định rút thăm để xem thử ông có nên đến đảo Saint Thomas hay không. Ông cầu nguyện, rồi thò tay vào cái hộp gỗ nhỏ, kéo ra một cuộn giấy. Trong lá thăm, Chúa muốn ông đến đảo Saint Thomas.

Ludwig bắt đầu lên kế hoạch. Ông vạch ra ý nguyện, di chúc và xuất bản cái mà ông gọi là bài giảng cuối cùng. Ông làm điều này vì nghĩ rằng mình sẽ chết trên đảo Saint Thomas. Rất nhiều giáo sĩ Moravia đã qua đời tại đó nên Ludwig cũng nghĩ mình khó mà có được số phận nào khác. Ông nói với mọi người trước khi ra đi rằng: "Tôi đã được Chúa kêu gọi để chia sẻ về Chúa Jêsus cho dù có chuyện gì xảy ra với tôi đi nữa".

Vào tháng 11 năm 1738, Ludwig cùng với George Weber và vài người Moravia khác căng buồm đến những hòn đảo thuộc vùng biển Ca-ri-bê. Ngọn gió đẩy con tàu một cách thuận lợi, băng qua vùng biển Đại Tây Dương cách thuận lợi. Khi con tàu chở cả đoàn nhẹ nhàng lướt trên sóng biển, cánh buồm căng trước gió, Ludwig nghĩ không biết ông sẽ phải đối diện với điều gì ở đảo Saint Thomas. Sau khi Tobias Leupold đã qua đời, Friedrich Martin tiếp tục công tác giáo sĩ ở trên đảo Saint Thomas. Matthaus Freundlich cũng gia nhập công tác chỉ vài tháng sau đó, đây là người giáo sĩ vẫn còn sống sót trong số các giáo sĩ được sai đến đảo Saint Croix. Ludwig đã đọc được vài tin tức thuật lại công tác của họ ở đảo Saint Thomas. August Spangenberg đã đến đảo hai năm trước và kể lại cho Ludwig biết số người đã tin Chúa cho dù ít nhưng đang tăng trưởng. August cũng có cơ hội làm báp-tem cho vài người mới tin Chúa ở đó.

Giá trả cho công tác ở trên các hòn đảo là rất cao. Nhiều giáo sĩ Moravia đã qua đời ở trên hai hòn đảo Saint Thomas và Saint Croix. Sốt vàng da và các bệnh nhiệt đới khác vẫn còn là mối đe dọa, bị tấn công vào sức khoẻ thì dù là người nam hay người nữ mạnh mẽ thế nào cũng phải gục ngã trong vòng vài ngày.

Khi những ngọn đồi xanh tốt trên hòn đảo Saint Thomas xuất hiện ở phía chân trời, Ludwig rốt cuộc cũng nói lên suy nghĩ và những lo lắng với George Weber rằng: "Chuyện gì nếu chúng ta không tìm thấy ai ở đó? Chuyện gì nếu các giáo sĩ đều qua đời?" ông vừa nói vừa hướng tầm nhìn về hòn đảo Saint Thomas.

George trả lời chắc nịt rằng: "Thì *chúng ta ở đó* luôn".

"Ludwig vỗ lưng người bạn của mình và nói rằng:

"Hỡi người bạn Moravia, anh là người rất vững vàng. Tôi luôn kinh ngạc về anh!"

Thật thế. Những người Moravia luôn khiến Ludwig phải ngạc nhiên, vì sự kiên quyết của họ muốn đi khắp thế giới để rao truyền Phúc Âm cho dù phải trả giá thế nào đi nữa. Còn ở trên đảo Saint Thomas, nếu tất cả giáo sĩ đã qua đời, thì George và những người Moravia khác ở trên tàu sẵn sàng tiếp tục công tác mà anh em của họ để lại.

Thứ năm, ngày 29 tháng 1 năm 1739, là một ngày nắng ấm, khi Ludwig lần đầu tiên được đặt chân lên đảo Saint Thomas. Khi ông bước đi qua những con đường của Tappus, là cộng đồng chủ yếu sống ở trên đảo, ông vội liên hệ liền với Friedrich Martin và Matthaus Freundlich. "Anh có biết những người Moravia ở đâu không?" ông hỏi một người nô lệ đang đi qua. "Họ còn sống chăng?"

Người nô lệ nói: "Họ còn sống".

Ludwig liền thầm nguyện tạ ơn. Ông hỏi: "Họ ở đâu?"

Người nô lệ đáp: "Ở trong tù".

Ludwig định thần lại trước những gì mới nghe. Ông hỏi: "Họ đã ở đó bao lâu rồi?"

"Hơn ba tháng rồi", người đó đáp.

Ludwig liền ngắt lời: "Thật là quá đáng. Họ được phép của các nhà cầm quyền Đan Mạch để giảng Tin Lành cho người khác. Ai dám bắt họ ngồi tù!" Lúc đó ông để ý thấy người nô lệ cười. Ông hỏi: "Những người giáo sĩ ngồi tù tại sao lại khiến anh vui vẻ như vậy?"

Người nô lệ nói: "Những người giáo sĩ ngồi tù là một bài giảng tuyệt vời cho chúng tôi. Chính tôi đã tiếp nhận lời giảng của họ. Những người nô lệ như chúng tôi đã sửng sốt khi nhìn thấy mấy ông chủ nô đối đãi với họ giống như đối xử với chúng tôi. Chúng tôi đã hiểu rằng những người giáo sĩ không giống như mấy chủ nô lệ. Họ là bạn của chúng tôi, sẵn sàng chịu khổ vì chúng tôi".

Người nô lệ nhe răng cười toe toét, còn Ludwig thì nhìn thấy đôi mắt long lanh của anh ta. "Một sự phấn hưng lớn đang bắt đầu. Anh nên vui vì những người giáo sĩ đang ở trong tù, vì cớ đó mà ảnh hưởng của họ đối với những người nô lệ càng lớn hơn".

Ludwig nói: "Sự quan sát của anh đúng lắm. Chắc hẳn, Chúa phải cho phép một sai sót lớn dường ấy để làm điều tốt lành vì cớ danh Ngài. Nhưng giờ đây chúng ta phải xem thử có thể làm gì với hoàn cảnh này".

Ludwig sớm biết được rằng một mục sư cách tân ở trên đảo Saint Thomas đã phàn nàn với người thống đốc cai quản hòn đảo rằng: các giáo sĩ Moravia chưa được tấn phong làm mục sư đã làm báp-tem cho những người mới tin Chúa. Điều này không đúng. Kỳ thực, Friedrich Martin đã được phong chức qua một lá thư mà người Moravia đã gửi từ Herrnhut. Nhưng vị mục sư cách tân từ chối chấp thuận sự phong chức này và tiếp tục than phiền với thống đốc đến nỗi ông ta phải bắt bỏ tù những giáo sĩ Moravia.

Khi ông biết rõ ngọn ngành sự việc, Ludwig tiến vào gặp vị thống đốc. Ông xông vào lâu đài nhanh như chớp, yêu cầu thả các giáo sĩ ra khỏi ngục. Vị thống đốc giật mình không biết phải làm gì. Phản kháng lại một bá tước người châu Âu là một điều ngu xuẩn, nhưng ông ta cũng không muốn các lãnh đạo Hội thánh ở trên đảo phải phiền lòng.

Ludwig cho vị thống đốc xem một công văn có con dấu của nhà vua Đan Mạch đã cho phép những người Moravia truyền giáo trong phạm vi Tây Ấn của Đan Mạch. Vị thống đốc không còn lựa chọn nào nữa. Ông ra lệnh các tù nhân phải được thả ra ngay lập tức. Từ đó, chính công văn này làm cho công tác của những người Moravia ở trên đảo Saint Thomas trở thành hợp pháp.

Friedrich và Matthaus đều rất vui khi ra khỏi tù và gặp đích thân Ludwig ngay trên đảo Saint Thomas. Tất cả rút về một đồn điền nhỏ mà người Moravia đã mua một năm trước để làm cơ sở cho công tác truyền giáo của họ. Ludwig gọi nơi này là Posaunenberg (Núi Kèn) khi ông nhìn thấy nó.

Sau khi ông ở trên đảo được vài ngày, Ludwig ấn tượng trước công tác mà các giáo sĩ đã làm đến nỗi ông đã viết trong quyển nhật ký là: "Đảo Saint Thomas còn kinh ngạc hơn cả Herrnhut".

Rất nhiều thứ để nói về điều này. Trong vòng ba năm, Friedrich đã làm việc không mệt mỏi để xây dựng công tác của những người Moravia ở trên đảo Saint Thomas. Mặc kệ sự chống đối dữ tợn từ các ông chủ đồn điền và các lãnh đạo tôn giáo khác, anh đã mở ra được vài hội chúng là người bản địa. Anh cũng xây dựng một trường học cho các bé trai nô lệ và tập hợp những người mới tin Chúa thành một tập thể học Kinh Thánh và cầu nguyện.

Ludwig rất mong nhìn thấy công tác được tiến xa hơn, thế là ông đã hình thành một ca đoàn dành cho những người đàn ông độc thân và một ca đoàn khác dành cho những phụ nữ độc thân, mỗi nhóm có một lãnh đạo được chỉ định. Giống như tại Herrnhut, ông lập nên những người giúp đỡ cho cộng đồng, cũng có những cố vấn và những nhà quyên góp. Ông cũng giới thiệu một hệ thống cầu nguyện hai mươi bốn giờ liên tục giống như ở Herrnhut.

Vào buổi tối, Ludwig chia sẻ tại Posaunenberg, có đến sáu trăm người nô lệ lắng nghe ông giảng. Cứ mỗi đêm trôi qua, sự nhiệt huyết cứ thêm lên trong lòng Ludwig. Người nô lệ mà ông đã nói chuyện khi mới đến Saint Thomas đã nói đúng: một cơn phấn hưng đang bắt đầu ở trên hòn đảo.

Thời điểm Ludwig chuẩn bị rời khỏi Saint Thomas tới gần. Vào đêm cuối cùng ở trên đảo, tám trăm người đến nghe ông giảng. Ông đã làm họ ngạc nhiên. Ludwig luôn khích lệ các giáo sĩ học ngôn ngữ bản địa càng nhanh càng tốt, còn ông đã cố gắng làm như lời. Trong suốt khoảng thời gian ở trên đảo, ông đã nỗ lực hết mình để học tiếng địa phương của người nô lệ. Khi ông đứng lên giảng vào tối hôm đó, ông đã chia sẻ với những người nô lệ bằng thổ ngữ Creole. Những người nô lệ vô cùng cảm động, nhiều người tin Chúa vì bài giảng của Ludwig vào tối hôm đó.

Ludwig cũng thực hiện những chuyến thăm viếng

ngắn để khích lệ người Moravia ở các đảo lân cận như Saint Croix và Saint John trước khi lên tàu trở về châu Âu. Mặc dù có những nỗi sợ, ông đã không qua đời khi ở trên đảo. Bài giảng mà ông đã xuất bản trước khi đi có tựa đề là: "Bài giảng cuối cùng của Bá tước Zinzendorf" cần phải đổi tên mới. Khi con tàu tiến vào vùng biển Đại Tây Dương, Ludwig cảm tạ Chúa vì đã gìn giữ sức khoẻ của ông, điều làm ông rất vui đó là sắp sửa gặp lại vợ con của mình.

CHƯƠNG 11
BETHLEHEM

Ludwig trở về châu Âu để tiếp tục hành trình, khích lệ Cơ Đốc nhân ở những nơi ông đi qua. Nhưng chuyến đi tới đảo Saint Thomas đã nung nấu tấm lòng dành cho sứ mạng, đến nỗi ông mong đợi sẽ thực hiện nhiều chuyến đi như vậy nữa. Đến lúc này đã có hơn bảy mươi người Moravia được sai đến cánh đồng truyền giáo. Vài người đã đến hỗ trợ công tác của các cơ sở, trong khi những người khác đã ra đi để thiết lập nhiều cơ sở mới ở Ceylon, Romania, Algeria và Constantinople. Công tác sứ mạng của người Moravia ở mỗi nơi đều tăng trưởng.

Sự thôi thúc muốn thực hiện những chuyến đi đến cánh đồng truyền giáo ở trong lòng Ludwig đã thành hiện thực khi August Spangenberg gửi thư từ Pensylvania về. Các giáo sĩ Moravia đã được ở lại Georgia đang gặp khó khăn từ lúc đến sống trong thuộc địa. Số lượng người bị thu nhỏ dần, từ ba mươi chỉ còn mười hai, rồi sau đó là sáu người. Rất nhiều người qua đời, còn những người khác đã trở về Herrnhut, nản lòng và đau yếu. Hoàn cảnh còn tội tệ hơn nữa, quân lính Tây Ban Nha đã đóng quân ở Florida đang chuẩn bị xâm chiếm Georgia từ phía nam và sẽ tuyên bố chủ quyền thuộc về Tây Ban Nha. Thống đốc của Georgia đã kêu gọi người dân mua súng đạn để chuẩn bị bảo vệ thuộc địa của họ. Nhưng người Moravia đã từ chối làm điều đó. Họ không muốn giết người khác vì tham vọng chính trị và tranh giành lãnh thổ.

Quan điểm của người Moravia không làm hài lòng các lãnh đạo ở Georgia, chẳng bao lâu sau đã tới tai người đứng đầu. Người Moravia được ra lệnh phải chiến đấu hoặc rời khỏi thuộc địa. Lúc này, một nhà truyền đạo nóng cháy tên là George Whitefield đang chia sẻ ở Savannah. Khi ông nghe thấy hoàn cảnh của những người Moravia còn lại ở Georgia, ông cho họ tự do lên tàu của mình đến Pennsylvania. Ông cũng cho họ làm việc tại đó, để xây dựng một trường học cho trẻ em người thổ dân đang sống trải dài trên vùng đất mà ông đã mua và đặt tên là Nazareth. Như thế, trung tâm truyền giáo của người Moravia ở Bắc Mỹ chuyển từ Georgia đến Pennsylvania.

Tuy nhiên, không chỉ có sứ mạng mới làm xiêu lòng Ludwig nhất, mà còn có tin tức về một trăm ngàn người Đức đến sống ở Pennsylvania đang gặp khó khăn về thuộc linh nữa. Rất nhiều người bỏ đi đến thuộc địa William Penn để thoát khỏi sự bách hại ở nhiều nơi trong vương quốc của người Đức. Nhưng thực tế thì không có mục sư hay lãnh đạo Hội thánh nào ở bên cạnh để chăm sóc nhu cầu thuộc linh của họ. Thế là, mọi người bắt đầu chia ra thành nhiều Hội thánh nhỏ và các giáo phái với những tên gọi như: Dunker, Mennonite, French Prophet, Freethinker, Hermit, Newborn One, New-light, Protestant Monks và Nuns, Indepedent, Separatist và Calvinist. Các báo cáo gửi về châu Âu nói họ dành hầu hết thời gian và sức lực để công kích nhau. Không ai nghĩ đến việc kết hiệp với nhau để chia sẻ Phúc Âm cho người thổ dân gần đó. August cũng nói rằng hầu hết mọi người đều nói tiếng Đức, nghĩa là họ không thể thờ phượng với những Cơ Đốc nhân di cư không nói được tiếng Đức.

Ludwig thấy cảm động muốn giúp đỡ những người di cư này sống hòa thuận với nhau và tập trung vào công tác chia sẻ Phúc Âm cho người thổ dân. Ông tập hợp một nhóm bảy người "đi hành hương", trong đó có cả Benigna là con gái mười lăm tuổi của ông, rồi đi đến Bắc Mỹ. Erdmuth ở lại tại Herrnhaag bởi vì chuyên môn của bà là cần thiết để quản lý vấn đề tài chính của Giáo hội Moravia. Bà cũng có thêm một đứa con thứ mười hai nữa để chăm sóc. Đứa bé tên là Elisabeth đã chào đời vào ngày 25 tháng 4 năm 1740.

Ludwig và nhóm của ông đến New York vào ngày 29 tháng 11 năm 1741. Họ ở lại đó một tuần, gặp gỡ vị thống đốc thuộc địa và các quan chức từ những thành phố khác. Từ New York, họ tiến đến Philadelphia là nơi, cũng giống như New York, Ludwig gặp vị thống đốc thuộc địa và những người quan trọng khác, bao gồm cả Benjamin Franklin.

Khi đang ở trên tàu, băng qua vùng biển Đại Tây

Dương, Ludwig đã quyết định rằng ông sẽ không gọi mình là Bá tước Zinzendorf ở Pennsylvania. Có quá nhiều người Đức và những người châu Âu khác đã di cư đến Bắc Mỹ để thoát khỏi cái hệ thống cứng rắn của xã hội, nên việc được gọi là bá tước sẽ không tốt để phục vụ họ. Ngoài ra, ông không đến Mỹ với tư cách là một quý tộc người Đức, mà với vai trò là một Cơ Đốc nhân. Thay vì bị gọi là Bá tước Zinzendorf, Ludwig quyết định xưng mình là Herr Louis von Thurnstein, Thurnstein là một họ lâu đời trong gia đình. Những tín đồ hệ phái Quaker ở Pennylvania sớm gọi ông là Louis.

Người Moravia ở Pennsylvania đang được David Nitschmann là thợ mộc dẫn dắt, ông đã được phong chức mục sư trong Hội thánh. Dưới quyền lãnh đạo của ông, họ đã mua được một lô đất, rộng khoảng năm trăm mẫu Anh, là chỗ nối giữa con sông Lehigh và Monocacy Creek. Tại đó, người Moravia đã xây ngôi nhà thờ đầu tiên và nhiều nhà cửa khác. Mảnh đất nằm cách Philadelphia khoảng năm mươi dặm về phía Tây Bắc, tận sâu trong khu vực của người thổ dân và là một cơ sở hoàn hảo để phục vụ họ.

Ludwig, Benigna và những người khác phải mất đến mười ngày mới đến được khu định cư mới của người Moravia, một sự chào đón rất nồng hậu đang đợi họ. Ludwig hoàn toàn ấn tượng trước sự can đảm bất khuất của những người Moravia khi họ sống tận sâu trong nơi hoang vắng này. Mọi người dựng lên những ngôi nhà đơn giản và đã tiếp cận nhiều bộ lạc thổ dân để chia sẻ Phúc Âm với họ.

Hai ngày sau, vào đêm giáng sinh, Ludwig chia sẻ với cả nhóm tại một ngôi nhà mới vừa xây xong. Trong lúc giảng, ông đã tuyên bố rằng khu định cư mới sẽ được gọi là Bethlehem, Pensylvania, để tưởng nhớ nơi Chúa Jêsus đã giáng sinh.

Vừa đón năm mới xong, Ludwig ra đi từ Bethlehem đến Germantown, tại đó ông đã gặp một người đàn ông tên là Henry Antes. Dù Henry không phải là người Moravia, chính anh ta cũng cảm thấy lo lắng vì ở Pennsylvania còn thiếu các nhà thờ, mục sư và trường học. Anh ta và Ludwig bàn bạc vấn đề này với nhau rồi quyết định kêu gọi một cuộc họp, hay gọi là hội nghị tôn giáo, dành cho tất cả các hệ phái Cơ Đốc ở trong thuộc địa. Vào ngày 12 tháng 01 năm 1742, hơn một trăm người đến nghe Ludwig chia sẻ với họ về việc từ bỏ sự thù ghét lẫn nhau và đồng công với nhau vì lợi ích của mỗi người.

Đây là công tác mà Ludwig phải đi tới Mỹ để làm, điều này khiến ông có thêm nghị lực. Ông đã đi hết bốn phương ở Pennsylvania, trao đổi với đủ hạng người từ đàn ông đến phụ nữ về những kinh nghiệm Cơ Đốc của họ và cần phải làm gì để đem tất cả Cơ Đốc nhân lại với nhau.

Trong khi đó, con gái của Ludwig là Benigna chuẩn bị mở trường nội trú đầu tiên dành cho nữ sinh ở Mỹ, không lâu sau một ngôi trường đã mọc lên ở Bethlehem.

Nhiều hội nghị được tổ chức để bàn bạc về tương lai của các hệ phái ở Pennsylvania. Tuy nhiên, người Đức ở Pennsylvania bắt đầu tranh cãi và đánh nhau trong khi hội nghị diễn ra. Vài người căm ghét nhau nhiều hơn trước khi hội nghị diễn ra. Đây là kết quả đáng buồn đối với Ludwig khi ông đã hy vọng rằng đàn ông và phụ nữ ở Pennsylvania, là những người được ban cho món quà tuyệt vời đó là sự tự do tín ngưỡng, sẽ biết sử dụng nó một cách khôn ngoan.

Dẫu vậy, Ludwig vẫn tiếp tục. Một nhóm người thuộc Giáo hội Lutheran tại Philadelphia, gặp nhau ở kho thóc trên đường Arch, đã mời ông đến làm mục sư của họ. Họ không có mục sư trong vòng năm năm qua, lý do chính là vì họ không thể hỗ trợ tài chính cho mục sư. Ludwig chấp nhận lời mời, không chỉ làm việc không lương, mà còn trả tiền để xây một nhà thờ ở trên đường Race. Ngoài ra, ông đã chia sẻ ở một Hội thánh Cải chánh ngay bên cạnh, cũng là một nhà thờ không có mục sư.

Một khi Ludwig nhìn thấy kế hoạch hiệp nhất Hội thánh của người Đức ở Pennsylvania không thành công, ông tập trung vào công tác vươn đến những người thổ dân. Để thực hiện điều này, ông và những trưởng lão Moravia khác đã tiến hành một kế hoạch khác thường. Họ biến khu định cư ở Bethlehem thành một trung tâm sai phái giáo sĩ lớn nhất. Mỗi người ở trong khu định cư này sẽ được giao một trong hai vai trò: trở thành giáo sĩ, giáo viên hoặc là hỗ trợ công tác giáo sĩ bằng thời gian và tiền bạc, dù là nam hay nữ.

Tại Bethlehem lúc bấy giờ, có khoảng một trăm hai mươi người đồng ý với kế hoạch, rồi các nhóm nam và nữ được chuẩn bị để tiến sâu vào khu vực của người thổ dân. Một giáo sĩ người Moravia, là Christian Henry Rauch, đã ra đi từ Bethlehem đến với người thổ dân, anh trở về khu định cư vào một buổi tối nọ cùng với một người thổ dân. Christian Henry giới thiệu người thổ dân đó là Tschoop, không lâu sau Tschoop và Ludwig đã trò chuyện rất lâu với nhau.

Ludwig mở lời: "Christian Henry nói với tôi rằng anh tin Chúa Jêsus".

Ánh mắt của Tschoop sáng rực lên và đáp rằng: "Phải, tôi tin".

"Kể tôi nghe anh đã tin Chúa như thế nào?"

Tschoop tựa vào ghế và khoanh tay lại. "Chuyện ấy cũng đơn giản lắm. Tôi không tin ai cả và lớn lên với những người giống như tôi, nên tôi biết những người như tôi thường nghĩ gì. Lần nọ, có một người truyền đạo đến trong làng để giải thích cho chúng tôi về Chúa". Anh ta dừng lại và cười thầm trước khi nói tiếp. "Chúng tôi hỏi ông ta là: 'Ông nghĩ chúng tôi dốt lắm sao mà không biết điều đó? Hãy đi ra khỏi làng ngay!'"

"Thế là ông ta bỏ đi. Rồi, một người da trắng khác đến nói rằng: "Đừng trộm cắp. Đừng nói dối. Đừng say xỉn". Chúng tôi nói với ông ta rằng: "Thằng ngu! Ông không nghĩ là chúng tôi biết mấy chuyện đó à? Hãy làm giống như lời ông vừa nói trước đã, rồi hãy đến thuyết phục chúng tôi. Ai là kẻ trộm cắp, thường hay nói dối, ai là những kẻ hay say xỉn? Không phải là mấy thằng da trắng à?"

"Ông ta cũng bỏ đi. Nhưng rồi, Christian Henry đến làng của chúng tôi".

Ludwig nghiêng người tới gần hỏi Tschoop rằng: "Người này có gì khác biệt chăng?"

"Người này nói giống như đã biết hết mọi thứ rồi. Ông ta nói với chúng tôi về một Đấng có quyền năng, là Chúa của trời và đất, Ngài đã từ bỏ ngôi cao trên trời để đến hy sinh cho mọi người. Ông ta còn nói với chúng tôi rằng vị Chúa này rất yêu những tội nhân người thổ dân, Ngài là Cứu Chúa của chúng tôi, Ngài muốn chúng tôi yêu Ngài và muốn đưa chúng tôi về nhà Cha trên trời".

Ludwig hỏi: "Mấy lời ấy cảm động lòng của mọi người sao?"

"Chính những lời ấy và những điều ông ta làm tiếp theo. Ông kết luận bài chia sẻ của mình bằng cách nói rằng: "Các bạn ơi, tôi mệt mỏi vì chặng đường dài của mình, xin thứ lỗi cho tôi nhưng tôi muốn được nằm nghỉ. Nói xong, anh ta nằm xuống bên cạnh những cây giáo và mũi tên của chúng tôi rồi ngay lập tức chìm vào giấc ngủ yên bình. Chúng tôi nhìn nhau và thì thầm rằng: 'Cái này mới nè. Chúng ta đã nghe về tin vui rồi, còn cái tên muốn đi ngủ này lại biết điều đó là có thật. Coi kìa, hắn ta biết một người bạn ở trên cao, hoặc là tại sao hắn lại muốn nằm ngủ ngay tại chỗ này, bộ hắn không biết là tiếng hò reo của những kẻ hiếu chiến đang ở xung quanh hắn hay sao?"

"Chúng tôi canh chừng ông ta suốt đêm, đến sáng hôm sau, chúng tôi nói với ông ta rằng ông không được đi đâu nữa, chúng tôi muốn ông ở lại kể tiếp cho chúng tôi nghe về Đấng yêu thương đã chịu chết ấy. Đó là lý do vì sao tôi nghe về Chúa Jêsus và tiếp nhận Ngài".

Ludwig kêu lên: "Thật tuyệt vời! Khi tình yêu và sự chịu khổ của Cứu Chúa được rao giảng, Ngài sẽ kéo mọi người đến với Ngài. Có bao nhiêu người như anh đã tin Chúa?"

Tschoop trả lời: "Có ba mươi mốt người mà tôi biết đã tin Chúa, tôi chắc là nhiều người nữa cũng sẽ tin theo Ngài".

"Vậy, anh là trái đầu mùa giữa vòng các bộ lạc người da đỏ. Chúng tôi sẽ gửi nhiều người khác đến giảng Phúc Âm cho tất cả bộ lạc. Có lẽ, vài người trong các anh nên đi cùng chúng tôi để chia sẻ tin mừng này!"

Hai người tiếp tục trò chuyện tới khuya, còn Ludwig thì cảm thấy hào hứng hơn bao giờ hết về việc sai phái các giáo sĩ đến với người thổ dân. Chỉ có một vấn đề. Rất nhiều bộ lạc người da đỏ ở kế bên xem người da trắng là thù địch và sẽ không cho phép ai đặt chân lên mảnh đất của họ. Ludwig nhận thấy người Moravia cần phải được phép để đi lại giữa vòng các bộ lạc người da đỏ trước khi chia sẻ điều gì với họ. Vào ngày 4 tháng 7 năm 1742, chính ông, Benigna, Anna Nitschmann, lúc bấy giờ đang ở tại Bethlehem, và mười người Moravia khác cưỡi ngựa đi tìm ngôi làng Meniolagomeka, Ludwig được cho biết rằng đó là nơi mà các tù trưởng của Sáu Bộ lạc Liên minh Iroquois đang gặp nhau.

Đối với Ludwig, một người châu Âu thường đi lại bằng xe ngựa, cảm thấy rất hồ hởi khi ngồi trên lưng ngựa băng qua khu sa mạc ở Mỹ. Cả đoàn vượt qua phía những dãy Núi Xanh, dừng lại nghỉ trước những ngôi làng nhỏ của người thổ dân ở dọc đường. Từ

Bethlehem, họ phải mất năm ngày mới đến được Meniolagomeka.

Tuy nhiên, các tù trưởng của Liên minh Iroquois không còn ở trong làng nữa, Lúc ấy, Ludwig có một cảm nhận mạnh mẽ rằng đoàn của nên đi tới Tulpehocken, là chỗ mà một người có khả năng hoà giải và thông dịch cho người thổ dân và người da trắng tên là Conrad Weiser đang sinh sống. Ludwig đã gặp Conrad khi ông đến dự một trong số các hội nghị. Ông hoàn toàn ấn tượng trước sự hiểu biết của Conrad về lối suy nghĩ của người thổ dân.

Khi cả nhóm đến Tulpehocken, họ gặp được Conrad và tìm được các tù trưởng da đỏ. Mỗi tù trưởng mặc quần ống túm bằng da hoẵng và giày da đanh, một cái khăn choàng chéo thân ở bên vai và một cái mũ trùm đầu bằng lông vũ. Đối với Ludwig, những người đàn ông này vừa hung dữ vừa oai vệ.

Với sự giúp đỡ của Conrad, Ludwig và những người Moravia bắt đầu một cuộc trò chuyện với các tù trưởng da đỏ rất lâu và thật hiệu quả. Lúc đầu, các tù trưởng còn dè chừng, nhưng Ludwig nói khẽ, giải thích rằng người Moravia sẽ không làm hại ai và cũng không cướp đi tài nguyên của họ, hay là làm phiền họ. Dần dần, Ludwig để ý thấy thái độ của các tù trưởng bắt đầu thoải mái hơn, họ bắt đầu đưa ra những câu hỏi. Cuối cùng, các tù trưởng của Sáu Bộ lạc Liên minh hứa với Ludwig rằng người Moravia có thể đi lại trên mảnh đất của Liên minh Iroquois với tư cách là bạn bè, chứ không phải người lạ mặt. Họ còn được phép ở lại trên mảnh đất của

Liên minh Iroquois nếu muốn. Để đảm bảo cho thỏa thuận của họ, các tù trưởng tặng Ludwig một sợi dây nịt có 186 chuỗi hạt nhỏ để trang trí, được chế biến từ những vỏ sò trơn láng, là sản phẩm mà nhiều người thổ dân dùng để kiếm tiền, hoặc là tặng phẩm trong các ngày lễ.

Sau cuộc gặp gỡ với các tù trưởng của Sáu Bộ lạc, Ludwig đi đến Philadelphia trước khi trở về Bethlehem. Erdmuth gửi một lá thư mang tin buồn đang chờ đợi ông ở Philadelphia. Hai tháng trước, đứa con trai bốn tuổi là David đã qua đời và được chôn tại nghĩa trang ở Herrnhaag. Trong số mười hai đứa con của Zinzendorf, chỉ còn lại năm đứa.

Cũng có tin vui từ quê nhà. Vào tháng 6 năm 1742, Frederick vĩ đại, vị vua trẻ tuổi của Prussia, đã trở thành người sở hữu địa hạt Silesia. Nhờ đó mà vua Frederick đã yêu cầu người Moravia di cư tới sinh sống giống như ở Herrnhut và Herrnhaag. Nhà vua cũng chính thức công nhận Giáo hội Moravia có các Hội thánh tự lập và mục sư quản nhiệm riêng của họ. Điều duy nhất mà Giáo hội không được làm đó là không được lôi kéo các thành viên mới ra khỏi nhà thờ của hoàng gia. Tuy nhiên, Giáo hội Moravia được phép có thêm thành viên mới, là những người phải tự nguyện gia nhập Hội thánh. Chính việc được công nhận chính thức này là một bước đột phá vô cùng tuyệt vời.

Còn nhiều tin vui khác nữa đang chờ đợi Ludwig ở trong lá thư mà George Schmidt gửi, ông đã gửi một báo cáo về công tác của mình tại Nam Phi giữa vòng những người Hottentot. Vài tháng trước, George đã làm báp-tem cho một người Hottentot đầu tiên. Không lâu sau, vài người khác đã được làm báp-tem, lúc bấy giờ có một Hội thánh nhỏ đã được thành lập. Tuy vậy, George báo cáo rằng các nhà cầm quyền người Hà Lan ở Nam Phi không vui trước những gì ông đang làm, áp lực tăng dần để buộc ông phải rời khỏi thuộc địa.

Vừa khi Ludwig trở về tới Bethlehem, kế hoạch biến chỗ ở thành một trung tâm sai phái giáo sĩ diễn ra suôn sẻ. Hệ thống đang được lắp đặt gọi là Economy đang tạo ra đủ tiền để hỗ trợ cho mười lăm nhà giảng đạo và dạy đạo. Quy tắc của Economy rất khắt khe. Các thành viên phải hứa tận dụng thì giờ, công sức và khả năng của họ để xây dựng cộng đồng.

Hội thánh sở hữu toàn bộ đất đai, còn các trưởng lão chỉ định mỗi người một công việc. Giống như khi còn ở Herrnhut, mọi người được chia thành từng nhóm nhỏ. Nhưng khác với Herrnhut, các thành viên không được sở hữu công việc làm ăn của họ, hay là tự mình kiếm sống. Thay vào đó, nhu cầu mỗi ngày của mỗi người được đáp ứng bằng cách mọi người cùng làm việc với nhau. Cộng đồng tự xây nhà cửa của họ và tự sản xuất quần áo và giày ống, ngay cả tự cưa cây kiếm gỗ, quay tay se chỉ và dệt may quần áo của mình. Họ cũng trồng trọt trên đất đai, gieo vụ và trồng rau. Họ chăn nuôi cừu, gia súc và gà để lấy thịt, trứng và sữa. Họ cũng tự làm bánh mì. Không lâu sau, hệ thống này trở nên vô cùng hiệu quả đến nỗi họ đã sản xuất ra nhiều hơn nhu cầu của chính mình. Họ lấy thức ăn và những sản phẩm dư ra chợ bán, tất cả mọi thứ được bán với giá đắt nhất. Tất cả số tiền còn dư ra đều được dùng để hỗ trợ các giáo sĩ của cộng đồng.

Mọi người có một đời sống nghiêm khắc và kỷ luật. Các trưởng lão của người Moravia biết rằng điều này chỉ diễn ra một thời gian mà thôi, nhưng nhu cầu cần có các giáo sĩ giữa vòng những người di cư và người thổ dân trở nên quá lớn, đến nỗi mỗi người đều đồng ý rằng hy sinh là việc làm xứng đáng. Cộng đồng còn tạo ra một khẩu hiệu bằng tiếng La-tinh để bày tỏ sự cam kết của họ với nhau rằng: *In commune oramus, in commune laboramus, in commune patimur, in commune gaudeamus* (Chúng ta cầu nguyện, chúng ta lao động, chúng ta chịu khổ, chúng ta vui mừng cùng nhau).

Trong khi hệ thống Economy được xây dựng ở Bethlehem, công việc kinh doanh của George Whitefield ở khu vực kế cận Nazareth đã gặp phải vấn đề tài chính, mọi tài sản bị đưa ra bán. Bắt lấy cơ hội, Ludwig và người Moravia đã mua lại khu vực và mở ra một cộng đồng ở tại đó. Không lâu sau, hai cộng đồng Bethlehem và Nazareth liên tục sai phái ngày càng nhiều giáo sĩ đến với người thổ dân.

Chính Ludwig đã thực hiện hai chuyến đi táo bạo đến khu vực của người da đỏ. Chuyến đi đầu tiên, ông đã tới Shekomeko ở hạt Dutchess, New York, cách con sông Hudson khoảng hai mươi lăm dặm về phía đông giáp ranh với Connecticut. Benigna, Anna và Conrad đã cùng đi với ông. Họ phải mất tới một tuần đi qua con đường hiểm trở của dãy Núi Xanh, băng qua New Jersey, rồi vượt sông Hudson mới tới nơi.

Trước đây, Shekomeko là nơi mà Christian Henry Rauch đã thành lập một cơ sở truyền giáo khoảng hai năm rưỡi giữa vòng những người thổ dân Mahican. Ludwig đã ở tại Shekomeko tám ngày, ông làm báp-tem cho những người mới tin Chúa và mở ra hội chúng người thổ dân đầu tiên trong Giáo hội Moravia. Ông cũng dành thời gian mở rộng công tác sứ mạng tại đó để truyền giáo cho người da trắng.

Trong chuyến đi thứ hai, Ludwig đã dành sáu tuần đi tới thung lũng Wyoming ở Pennsylvania gặp những người thổ dân Shawnee để xin phép cho các giáo sĩ Moravia đến ở trong địa phận của họ. Người Shawnee đã từ chối lời đề nghị của Ludwig, ông trở về Bethlehem với nỗi thất vọng, nhưng không để cho sự việc đánh gục mình.

Vào đầu năm 1743, Ludwig cảm thấy đã tới lúc phải quay trở về quê hương ở châu Âu. Ông nghe những lời đồn khó chịu về những chuyện xảy ra đối với người Moravia tại Đức, nên ông quyết định cần phải trở về để giải quyết cặn kẽ những báo cáo gây phiền hà này.

CHƯƠNG 12
KỲ SÀNG SẢY

Ludwig thuê một con tàu tên là *James* ở New York để ông và cả đoàn đi đến Luân Đôn. Vào ngày 20 tháng 1 năm 1743, con tàu *James* căng buồm ra khơi dưới sự chỉ huy của thuyền trưởng Nicholas Garrison. Băng qua vùng biển Đại Tây Dương một cách suôn sẻ cho đến ngày 14 tháng 2, con tàu *James* gặp phải cơn bão dữ tợn gần quần đảo Scilly là cực Tây Nam của nước Anh. Những gợn sóng to vỗ thẳng vào thân tàu, gió giật mạnh vào cột buồm. Con tàu kêu tiếng cọt kẹt, lao lên lao xuống, tròng trành trên biển, mọi người trên tàu đều sợ hãi – ngoại trừ Ludwig. Sự cầu nguyện và hát thánh ca khiến ông giữ được sự bình tĩnh trong cơn bão.

Khi khu vực có đá lởm chởm rất nguy hiểm xuất hiện ở phía đường chân trời, ông thuyền trưởng báo với Ludwig rằng con tàu *James* sẽ bị vỡ tung trong vòng vài giờ đồng hồ nữa. Không còn đường nào khác để thoát khỏi cái chết. Ludwig bình tĩnh nhìn thẳng vào mắt của ông thuyền trưởng Garrison mà nói chắc rằng: "cơn bão này sẽ kết thúc trong vòng hai giờ đồng hồ nữa" làm cho vị thuyền trưởng hoàn toàn sửng sốt.

Sau hai giờ đồng hồ, Ludwig nói với những người đi cùng mình lên trên boong tàu để kiểm tra xem thời tiết như thế nào rồi. Họ tìm thấy ông thuyền trưởng Garrison đang nhìn chăm lên trời. Giờ đây con tàu đang tắm mình dưới ánh sáng mặt trời len lỏi qua đám mây dày đặc của cơn bão. Gió biển đều yên lặng.

Sau khi con tàu hoạt động lại bình thường, ông thuyền trưởng Garrison tìm đến Ludwig mà vặn hỏi rằng: "Làm sao ông có thể dự báo được tình trạng của cơn bão? Tôi chưa từng thấy cơn bão nào dừng lại tức thì như thế cả. Chúng ta suýt nữa đụng phải bãi đá ngầm chừng vài phút trước anh có biết không!"

Ludwig mỉm cười đáp lời ông thuyền trưởng: "Hơn hai mươi năm qua, tôi vẫn đang có một mối liên hệ với Chúa Jêsus. Cho nên, khi tôi gặp khó khăn hay trong hoàn cảnh khốn cùng, điều đầu tiên tôi làm đó là hỏi bản thân rằng đây có phải là lỗi của mình không. Nếu tôi thấy có điều nào không đẹp lòng Chúa, tôi quỳ xuống xin Ngài tha thứ. Khi tôi làm như thế, Ngài tha thứ cho tôi, đồng thời tôi cũng biết được mọi thứ sẽ xảy ra thế nào. Tất nhiên, nếu Chúa Jêsus không chọn bày tỏ với tôi, thì tôi sẽ ở yên lặng và biết rằng mình không biết thì tốt hơn. Tuy nhiên, lần này thì khác. Chúa Jêsus đã đảm bảo với tôi rằng cơn bão sẽ chóng qua và chỉ xảy ra trong vòng hai giờ đồng hồ mà thôi".

Ông thuyền trưởng la lên: "Bá tước Zinzendorf ơi,

điều này tuyệt vời quá! Thông thường, tôi không dễ tin mấy chuyện này đâu. Nhưng tôi đã quan sát ông trên con tàu này – đời sống Cơ Đốc của ông, mối liên hệ của ông với Chúa Jêsus – khiến tôi cảm thấy dễ chấp nhận điều ông nói hơn".

Ludwig gật đầu. "Chúng ta thường trò chuyện với Chúa, nhưng thật tuyệt vời khi biết rằng Ngài cũng phán với chúng ta, ông có nghĩ vậy không?"

Ba ngày sau, vào ngày 17 tháng 2, con tàu *James* cuối cùng cũng cập bến tại Dover của nước Anh.

Từ Dover, Ludwig đi đến Luân Đôn, tại đó ông ngạc nhiên trước sự tăng trưởng của Giáo hội Moravia ở nước Anh trong suốt thời gian ông ở Pennsylvania. Dưới sự chỉ đạo của August Spangenberg, Hội thánh đã tăng trưởng mạnh ở Yorkshire, về phía bắc của nước Anh. Ludwig quyết định đi tới đó thăm người bạn cũ là August để nhìn xem tận mắt mọi việc.

Trên đường tiến về phía bắc tới Yorkshire, Ludwig vẫn còn nhớ tới mấy lời đồn khi còn ở Pennsylvania, ông bắt đầu lo ngại sự tăng trưởng của Giáo hội ở nước Anh đã ảnh hưởng tới các hệ phái khác. Ý nghĩ về Giáo hội Moravia tăng trưởng mạnh, vì có tín hữu từ các hệ phái khác tham gia, đã đi ngược lại với những quy tắc về sự hiệp một và sự hài hoà giữa vòng các hệ phái mà ông đã cố gắng phấn đấu đạt được. Khi ông đến Yorkshire, tâm trí của ông bớt suy nghĩ lại. Ông thấy hầu hết những người đang dự phần vào công việc của Giáo hội Moravia không phải đến từ các hệ phái khác như ông lo nghĩ.

Sau vài tuần ở Anh, Ludwig đi đến Herrnhaag.

Những tin buồn lại đến với ông. Trên đường về nhà, ông biết được tin con của ông là Johanna mới năm tuổi đã qua đời. Cô bé cũng được chôn ở nghĩa trang tại Herrnhaag. Bây giờ, chỉ còn lại bốn đứa con là: Benigna mười bảy tuổi đã đi cùng ông đến Pennsylvania; Christian Renatus mười sáu tuổi đã chia sẻ như một vị mục sư ở Herrnhaag; Maria bảy tuổi và Elisabeth ba tuổi.

Ludwig rất vui khi gặp lại Erdmuth. Erdmuth đã đi thăm các Hội thánh ở khắp châu Âu trong vòng tám tháng và không có mặt khi David và Johanna qua đời. Ludwig có chút lo lắng cho vợ mình, ông nghĩ bà sẽ đau buồn vì đã mất hai đứa con.

Tại Herrnhaag, Ludwig nghe mấy tin đồn lúc ông còn ở Pennsylvania là thật. Giáo hội Moravia đang cố gắng mở thêm nhiều Hội thánh nữa khắp châu Âu bằng cách khích lệ Cơ Đốc nhân rời khỏi các hệ phái và tham gia với họ. Điều này đi ngược lại với những gì ông mong đợi. Ludwig muốn nhìn thấy người Moravia giúp đem lại sự hiệp một giữa vòng các Hội thánh, chứ không phải tranh giành với họ. Ông kêu gọi một cuộc họp và nói với các trưởng lão của Giáo hội Moravia suy nghĩ của ông về kế hoạch mở rộng của họ. Các trưởng lão đầy khiêm nhường đã xin lỗi vì sự ích kỷ của họ và hứa nguyện sẽ làm theo khải tượng gây dựng sự hiệp một giữa vòng các hệ phái Cơ Đốc của Ludwig.

Với nỗ lực giải thích cho mọi người ở Herrnhaag biết một Cơ Đốc nhân thật là gì, Ludwig phát hiện ra mọi thứ đang bắt đầu đi sai trầm trọng. Ông muốn dùng những lời đơn sơ nhất để chia sẻ về công tác của Đức Thánh

Linh và Ngài sẽ lay động tấm lòng của mọi người từ các hệ phái như thế nào để họ biết yêu thương và đồng công với nhau. Vì hầu hết Cơ Đốc nhân hiểu rằng Đức Chúa Trời là Cha của họ và Chúa Jêsus là anh cả của họ, nhưng để họ hiểu hơn về công tác của Đức Thánh Linh, Ludwig đã chia sẻ một loạt bài về Đức Thánh Linh như người mẹ của họ. Điều này làm cho rất nhiều người ở Herrnhaag gặp bối rối, nhưng họ lắng nghe rất nghiêm túc.

Sau đó, Ludwig và con trai của ông là Christian Renatus bắt đầu giảng về sự khốn khổ của Chúa Jêsus khi Ngài bị treo trên thập tự giá. Họ bắt đầu dùng nhiều lời hoa mỹ đến nỗi họ nói với cộng đồng rằng mọi người phải "tan vỡ trước thập tự giá", hay là "thấm nhuần dòng huyết của của Đấng Christ". Cộng đồng còn thêm thắt vào sự dạy dỗ này và các buổi nhóm nhanh chóng trở nên kỳ quặc.

Không lâu sau chuyện này, Ludwig quyết định mời những người sùng đạo nhất gia nhập "Hội Nhỏ Dại". Ý tưởng căn bản cũng hay, dựa vào điều Chúa Jêsus phán rằng, đó là: "nếu các ngươi không thay đổi và trở nên như trẻ thơ, các ngươi sẽ không vào được vương quốc thiên đàng". Tuy nhiên, hội mới này không thực sự làm theo lời dạy của Chúa Jêsus. Cơ Đốc nhân ở Herrnhaag bắt đầu muốn "chứng tỏ" sự trẻ thơ của họ. Họ không làm việc gì cả mà chỉ ca hát và chơi đùa cả ngày. Các thành viên trong hội tổ chức tiệc tùng, họ bắt chước theo mấy đứa con nít. Họ bắt đầu coi thường các giáo sĩ vì nghĩ rằng những người này không biết "giải trí".

Trong khi những điều đó xảy ra, Ludwig không hề biết rằng cộng đồng tại Herrnhaag đang trên đà nguy hiểm, ngay cả khi có nhiều người cảnh báo điều đó với ông. Mặc kệ mọi chuyện, ông thường bỏ mặc Herrnhaag để đi thăm những người Moravia đang cần kinh nghiệm lãnh đạo của ông.

Vào tháng 12 năm 1743, Ludwig thực hiện một chuyến đi mạo hiểm đến nước Nga cùng Christian Renatus và một vài người khác. Ba người giáo sĩ Moravia đang trên đà thiết lập công tác giáo sĩ ở Mông Cổ thì bị tống giam ở Saint Petersburg ngay khi đặt chân đến nước Nga. Sau khi họ bị giam, Ludwig đã gửi một đại diện đến nước Nga để xem xét việc thả tự do cho họ. Đáng tiếc là số phận của người đại diện cũng tương tự như mấy người giáo sĩ trước đó. Cả nhóm bị bắt và bị tống giam cùng với ba người giáo sĩ kia. Trong khi đó, một sắc lệnh được ban hành ở Nga về việc bài trừ công tác của những người Moravia ở tỉnh Livonia, vì công việc của họ rất phát triển ở tại đây. Đích thân Ludwig đi tới đó để giải quyết tình hình này.

Vào ngày 23 tháng 12, Ludwig đến Riga là thủ đô của Livonia, ông hy vọng sẽ được sự cho phép để tiếp tục hành trình đi đến Saint Petersburg. Điều ngạc nhiên là, thay vì nhận được sự cho phép để tiếp tục hành trình, Ludwig và cả đoàn đều bị bắt lại và bị nhốt trong một pháo đài quân sự của Riga. Ludwig kinh ngạc vì một người có địa vị xã hội như ông lại bị đối xử như vậy. Ông kiên nhẫn chờ đợi vị thống đốc nhận ra sai lầm của mình và cho phép ông đi tới Saint Petersburg.

Ba tuần trôi qua không hề có bất kỳ động tĩnh nào. Nhưng sự việc lại xảy ra theo hướng mà Ludwig không ngờ tới. Thay vì cho phép Ludwig tiếp tục đi tới Saint Petersburg, vị thống đốc ra lệnh trục xuất Ludwig và cả đoàn người Moravia ra khỏi nước Nga. Ba ngày sau, một đoàn binh sĩ hộ tống Ludwig quay trở lại biên giới Prussian. Các giáo sĩ đã bị tống giam phải ở trong nhà lao đến ba năm rưỡi mới được tại ngoại.

Trên đường về nhà, Ludwig dành vài tháng ở Silesia giúp đỡ các hội chúng người Moravia mới thành lập đi vào ổn định.

Khi trở lại Herrnhaag, lúc bấy giờ cộng đồng nơi đây đang có khoảng một ngàn người đông đảo và tăng trưởng, Ludwig nhận được một báo cáo từ Pennsylvania về công tác giáo sĩ đang diễn ra ở đó. Ông tỏ vẻ hứng thú khi đọc và sững sờ trước việc hai giáo sĩ trẻ tuổi, là David Zeisberger và Frederick Post, đã mở ra một trung tâm sai phái giáo sĩ đến với người thổ dân ở thung lũng sông Hudson. Nhưng thực dân người da trắng ở xung quanh đó không thấy hài lòng trước công tác của họ. Đối với họ, người thổ dân là những kẻ man rợ, còn giáo sĩ thì không nên cải đạo những người đó. Cuối cùng, để giải quyết than phiền của những người thực dân, hai giáo sĩ đã bị bắt đưa về thành phố New York, rồi bị ném vào ngục, họ ở đó bảy tuần cho tới khi thống đốc Pennsylvania can thiệp thì mới được thả ra.

Tin tức tiếp tục được gửi về từ nhiều nơi trên thế giới, tạo cơ hội cho những buổi nhóm cầu nguyện hai mươi bốn giờ đồng hồ thêm bận rộn. Vào năm 1745, tin tức tốt lành từ đảo quốc Greenland. Johann Beck, một giáo sĩ người Moravia đang ở đó kể với Ludwig về công tác giữa vòng những người Eskimo đang tăng trưởng. Kỳ thực, mọi thứ tăng trưởng nhanh đến nỗi nhà thờ mà các giáo sĩ đã xây dựng để tổ chức các buổi nhóm trở nên quá nhỏ. Hơn hai trăm người Eskimo nhóm lại thường xuyên. Johann thuyết phục Ludwig cần phải có một ngôi nhà thờ lớn hơn, thế là Ludwig phải sắp xếp chuyển đi từng trang thiết bị để xây nhà thờ lớn hơn bằng tàu đến đảo quốc Greenland.

Ludwig và người Moravia cũng rất vui khi nghe thấy sau nhiều năm khó khăn, công tác truyền giáo ở Surinam, Nam Mỹ, cuối cùng cũng được đâm rễ và bắt đầu tăng trưởng.

Vào ngày 20 tháng 5 năm 1746 tại Zeist của Hà Lan, Ludwig vui mừng làm lễ cưới cho con gái Benigna của ông. Đó là một dịp vui mừng khi Benigna kết hôn với Baron John von Watteville, là con trai của một người bạn cũ và cũng là một thành viên ở trong Hội Hạt Cải trước đây cùng với Ludwig tên là Frederick von Watteville. Ludwig rất vui mừng về hôn lễ này vì ông chính là người để nghị chuyện này. John đã làm thư ký riêng của ông trong vài năm, còn Ludwig đã nhìn thấy những phẩm chất của anh ta và ông nghĩ đây là một người chồng thích hợp cho Benigna. Khi lễ cưới diễn ra, Ludwig đã mua lâu đài Gross-Hennersdorf của dì cho hai con của mình.

Vào mùa hè năm 1747, Ludig nhận được một bức thư đột ngột từ một bộ trưởng trong hoàng gia Dresden.

Nhà Vua của Saxony đã đích thân tới Herrnhut vào đầu năm nay và vô cùng ấn tượng trước những gì ông thấy ở đó. Bộ trưởng nói với Ludwig rằng nhà vua bắt đầu đặt câu hỏi tại sao trước đây ông lại trục xuất Ludwig. Suy cho cùng, Ludwig chính là người chịu trách nhiệm cho mọi việc ở Herrnhut, còn những người nhà vua đã gặp ở đó đang có những đóng góp thực sự cho Saxony. Nhà vua Saxony cũng để ý thấy vua Prussia đã đón nhận người Moravia. Lá thư tiếp tục nói rằng nhà vua đã thay đổi suy nghĩ và sắp ban hành một chỉ dụ để huỷ bỏ lệnh trục xuất Ludwig. Giờ đây, Ludwig được chào đón trở về quê hương!

Ludwig ngồi đọc thư đến vài lần, ngẫm nghĩ về những gì được viết. Điều này là có thật. Lệnh trục xuất của ông đã được huỷ bỏ! Ông không thể tin được. Niềm vui ngập tràn tấm lòng của ông. Ông có thể trở về quê hương cùng với mọi người ở tại Herrnhut.

Vào ngày 11 tháng 10 năm 1747, chỉ dụ của hoàng gia được ban hành, huỷ bỏ lệnh trục xuất Ludwig, nhưng chỉ dụ này không chỉ có thế. Sắc lệnh này cũng bao gồm việc mời Ludwig mở ra nhiều cộng đồng dành cho người Moravia ở Saxony. Nước mắt chảy dài trên gò má của Ludwig khi ông đọc lời chỉ dụ. Những gì đã từng gây bất lợi cho ông giờ đây đã trở thành những điều tốt lành cho người Moravia.

Ba ngày sau, Ludwig trở về Herrnhut. Niềm phấn khởi tràn ngập bầu không khí khi mọi người hân hoan chào đón ông. Kỳ thực, chính ông đã có những chuyến đi bí mật trở về Herrnhut trong thời gian lệnh trục xuất vẫn còn hiệu lực tại Saxony, nhưng ông không thể ra mặt vì sợ bị bắt giam. Còn lần này, ông đã công khai gặp gỡ mọi người. Chiều hôm đó có khoảng hai trăm người tổ chức tiệc yêu thương để chào đón Ludwig. Sau đó, Ludwig chia sẻ với mọi người giống như rất nhiều lần ông đã làm trong quá khứ.

Lần này, một trong những điều nổi bật khi Ludwig trở về Herrnhut đó là cơ hội gặp gỡ hai người Eskimo tin Chúa đã trở về cùng với Matthaus Stach, một trong số ba giáo sĩ người Moravia đi đến đảo quốc Greenland. Ludwig nhớ lại ngày Matthaus được sai đi làm giáo sĩ. Giờ đây, mười bốn năm sau, Matthaus trở về cùng những người Eskimo đã tin Chúa, kể lại những câu chuyện tuyệt vời về công tác truyền giáo của người Moravia đang làm rất tăng trưởng ở đảo quốc Greenland.

Không lâu sau khi ông trở về Herrnhut, Ludwig có được vinh dự sai phái Friedrich Hocker và Johannes Ruffer đi làm giáo sĩ. Hai vị bác sĩ này được sai đi tới phía đông của Persia để thiết lập một cơ sở truyền giáo giữa vòng người Guebre. Ludwig biết được nhóm dân tộc này từ một lái buôn người Mỹ ở Amsterdam. Nhà buôn ấy kể với ông rằng người Guebre là dòng dõi của những người bác sĩ ngày xưa đã đến tặng Chúa Jêsus những món quà.

Vào năm 1747 cũng là lúc những tin tức tốt lành đến từ Pennsylvania. Cộng đồng ở Nazareth và Bethlehem đang rất phát triển. Hệ thống Economy mà Ludwig đã giúp xây dựng khi còn ở Pennsylvania đã hỗ trợ việc phát triển ít nhất ba mươi hai nhà máy để cung ứng nhu cầu của cộng đồng và hỗ trợ các giáo sĩ. Ludwig cũng biết được một người phụ nữ trẻ tên là Susanne Kaske đang chuẩn bị đi tới Berbice (Guyana) để thiết lập công tác truyền giáo giữa vòng những người thổ dân. Susanne sẽ là giáo sĩ gốc Mỹ đầu tiên được sai đi từ Bắc Mỹ.

Năm 1747 cũng đem lại nhiều tin buồn. Bá tước Henry Reuss qua đời. Henry là anh của Erdmuth và là anh vợ của Ludwig. Ông đã giúp đỡ Ludwig và những người Moravia trong nhiều năm qua.

Cuối cùng, vào tháng 12 năm 1748, khi Ludwig đang thực hiện một chuyến đi đến nước Anh cùng với nhóm "hành hương", ông để ý tới cộng đồng ở Herrnhaag. Một trong số những người đàn ông đi tới nước Anh cùng với Ludwig là Karl von Peistel, một người lính về hưu đã trở thành một lãnh đạo được tôn trọng ở Herrnhut. Trong vài năm qua, nhiều người, bao gồm cả Erdmuth, Christian David và John von Watteville, đã cố gắng cảnh báo với Ludwig rằng Herrnhaag đang có nhiều thứ diễn ra vượt quá giới hạn. Nhưng Ludwig không hề muốn nghe, ông nói rằng nếu Hội thánh đi quá giới hạn trong bất kỳ lĩnh vực nào, thì đến thời điểm họ cũng sẽ tự quay trở về trọng tâm. Bấy giờ, khi ở trên tàu, Ludwig và Karl đã dành nhiều giờ đồng hồ để trao đổi với nhau. Karl nói với Ludwig về việc chính ông và nhiều người khác rất thích cộng đồng người Moravia vì lối sống có trật tự và im lặng của họ. Nhưng cộng đồng ở Herrnhaag đang đi ngược lại với điều đó và ông cảm thấy buồn khi nhìn thấy người

Moravia trở thành trò cười cho người khác vì lối sống thờ phượng mới mẻ của họ.

Khi Ludwig đặt chân tới Dover của nước Anh, ông nhận ra nhiều sự sai trật. Ông là hội trưởng của Hội Anh Em mà lại cho phép họ, ngay cả khích lệ họ, trở nên mất cân bằng trong niềm tin của họ. Ông thấy có lỗi vì những gì đã làm và muốn sửa lại những điều đó ngay lập tức. Ông viết một lá thư rất nghiêm khắc gửi cho tất cả mọi người trong hội chúng của người Moravia, nói với họ về việc quay trở lại với lối sống có trật tự, có sự hiệp một và sai phái các giáo sĩ mà họ đã được kêu gọi. Ông cũng viết cho con trai của mình là Christian Renatus để yêu cầu nó từ bỏ chức vụ mục sư ở Herrnhaag và đến Luân Đôn ngay lập tức. Ludwig viết cho David Nitschmann và Leonard Dober để yêu cầu họ trở về Đức giúp dẫn dắt cộng đồng này quay trở lại con đường ngay thẳng.

Những thay đổi đã có hiệu quả, trong vòng một năm cả cộng đồng quay trở lại làm việc chăm chỉ, trung tín cầu nguyện và hỗ trợ người khác được sai đi để chia sẻ Phúc Âm. Quãng thời gian khó khăn mà họ đã trải qua được gọi là Kỳ Sàng Sảy theo như Lu-ca 22:31-32 mà Chúa Jêsus đã phán cùng Phi-e-rơ rằng: "Hỡi Si-môn, Si-môn! Kìa Sa-tan đã đòi sàng sảy các ngươi như lúa mì. Nhưng Ta đã cầu nguyện cho ngươi, để ngươi không mất đức tin. Phần ngươi, sau khi ngươi quay lại, hãy làm vững mạnh anh chị em ngươi".

Cùng lúc đó, Ludwig có việc phải đi tới nước Anh. Ông quyết định dời trụ sở chính đến đó trong khi đấu tranh cho quyền lợi của người Moravia ở các thuộc địa

Mỹ. Đó là những quyền lợi cần được xác nhận chứ không phải tuyên thệ và được miễn tham gia nghĩa vụ quân sự. Hệ phái Quaker, cũng không tin vào việc tuyên thệ hay chiến tranh, đã giành được quyền lợi này, còn Ludwig phải đi gặp Thomas Penn và Tướng James Oglethorpe, nguyên thống đốc của Georgia, để tìm cách đạt được những quyền lợi cho cộng đồng của mình.

Đó là một quá trình vất vả. Nhiều thành viên trong Nghị viện không thích một quý tộc người Đức ở trên đất của họ mà đòi hỏi quyền lợi cho người khác ngay tại các nước thuộc địa Mỹ.

May mắn thay, không phải tất cả lãnh đạo ở Anh đều nghĩ như vậy. Trong thời gian ở Luân Đôn, Thị trưởng Granville gặp Ludwig và muốn bán khu điền sản một trăm ngàn mẫu Anh ở phía Bắc Carolina cho người Moravia với giá thỏa thuận. Tất nhiên, Ludwig rất vui trước đề nghị này, những thỏa thuận được tiến hành một cách nghiêm túc để xem xét việc mua đất có khả thi hay không.

Với sự giúp đỡ của Thomas Penn và James Oglethorpe, Ludwig đã trình bày rất tốt lý do vì sao người Moravia nên có được những quyền lợi giống như hệ phái Quaker. Ông chỉ ra thay vì bị ép tham gia nghĩa vụ quân sự, hay bị dọa ngồi tù vì từ chối thực hiện lời tuyên thệ, thì người Moravia xứng đáng có được những lời động viên vì họ là những công dân tốt. Họ làm việc chăm chỉ, thành thật và thi hành đúng pháp luật, ăn ở hoà thuận với người thổ dân. Họ cũng chi nhiều tiền để xây dựng cộng đồng của mình và mở ra nhiều dịch vụ mà chẳng nơi nào có.

Một dự luật được đưa lên dựa vào những lý lẽ của Ludwig và trình cho nghị viện Anh. Hầu hết sự chống đối dự luật này đều dựa vào những tin đồn và những câu chuyện diễn ra trong thời kỳ sàng sảy, còn Ludwig phải trải qua một đoạn đường dài để chứng minh rằng khoảng thời gian này đã qua và mọi thứ đã quay lại quỹ đạo. Cuối cùng, vào ngày 12 tháng 5 năm 1749, nghị viện Anh đã thông qua dự luật cho phép người Moravia có quyền tự do lựa chọn thực hiện lời tuyên thệ và nghĩa vụ quân sự. Dự luật này gọi là *Nghị viện Anh công nhận Unitas Fratrum là Giáo hội Tân giáo cổ vào năm 1749*.

Ludwig rất hài lòng khi người Moravia có được sự công nhận này, ông mong đợi một ngày nào đó họ sẽ lan rộng ở Thế Giới Mới. Nhưng trong chuyện này, ông không hề lường trước được rằng họ sắp sửa bị thúc đẩy bởi một điều không mong đợi.

CHƯƠNG 13
ĐI KHẮP BỐN PHƯƠNG TRỜI

Vào tháng 10 năm 1749, Bá tước Casimir của Budingen qua đời và con trai của ông là Gustav Frederick kế nghiệp cha mình. Không giống như người cha, Gustav Frederick không thích người Moravia ở Herrnhaag, sự ghen ghét này đã lớn dần trong thời kỳ sàng sảy của họ. Thế là, Gustav Frederick quyết khẳng định vị trí mới của mình đối với người Moravia ở Herrnhaag. Ông yêu cầu người dân tại Herrnhaag từ bỏ lòng trung thành đối với Giáo hội Moravia và Ludwig để tuyên thệ sẽ trung thành với ông. Nếu họ không làm theo, thì ông đe dọa sẽ không cho phép người Moravia được sống trên đất của ông nữa, còn người dân tại Herrnhaag sẽ buộc phải tìm chỗ ở mới.

Ludwig bàng hoàng khi tin tức đến tai ông ở Luân Đôn. Ông nghĩ Gustav Frederick đang tưởng rằng việc đe dọa người dân ở Herrnhaag sẽ khiến họ trung thành với ông, nhưng Ludwig biết rằng người Moravia sẽ không cúi đầu trước ông ta, ngay cả khi điều đó có nghĩa là họ phải từ bỏ nhà cửa và ruộng vườn. Đó chính là những gì đã xảy ra. Mọi người ở Herrnhaag tuyên bố rằng họ sẵn sàng từ bỏ cộng đồng đã gây dựng nếu Gustav Frederick không rút lại yêu sách của mình. Vị bá tước mới kế nghiệp không khoan nhượng, còn người Moravia tìm kiếm nơi ở mới.

Trong vòng vài ngày, một nhóm người Moravia căng buồm ra đi từ Herrnhaag đến Pennsylvania. Trước khi sang năm mới, có đến năm trăm người rời khỏi Herrnhaag, chuyển đến sống trong các cộng đồng người Moravia khác ở khắp châu Âu và nhiều cơ sở truyền giáo khắp nơi trên thế giới.

Mặc dù Ludwig có thể thấy được ích lợi của việc người dân phải từ bỏ Herrnhaag để đi đến bốn phương trời, ông lại dằn vặt bản thân mình vì đã cho phép sự quá độ xảy ra với cộng đồng trong thời kỳ sàng sảy. Nếu ông để ý và lắng nghe mọi người khuyên thì có lẽ tình hình ở Herrhaag đã được giải quyết từ sớm. Nhưng ông đã không lắng nghe cho tới khi mọi chuyện trở nên quá trễ. Tất cả những gì ông có thể làm bây giờ đó là rút kinh nghiệm và giúp người Moravia đang sống ở Herrhaag tìm được chỗ ở mới.

Cũng trong khoảng thời gian ấy, một lá thư khác được gửi cho Ludwig ở tại Luân Đôn. Trong thư kể về việc Friedrich Hocker đến Herrnhut vào ngày 8 tháng 2 năm 1750. Friedrich là một trong hai vị bác sĩ mà Ludwig đã cầu nguyện sai đi đến Guebres làm giáo sĩ ở Persia. Đáng tiếc thay, hai bác sĩ đã gặp chuyện chẳng lành.

Trên đường đến Guebres, họ bị bọn cướp người Kurd tấn công và cướp đoạt hai lần. Trong lần bị tấn công thứ hai, Friedrich đã bị thương nặng gần chết. Bị đói khát và không còn quần áo để mặc, hai người tình cờ đi đến Isfahan, là nơi họ nhận được sự giúp đỡ từ lãnh sự của nước Anh. Lãnh sự quán cũng nói với họ rằng hầu hết người Guebre đã bị tàn sát và những người sống sót sau cuộc tàn sát ấy đều bị lưu đày. Không thể nào tiếp tục được nữa, hai người giáo sĩ quyết định quay trở về Herrnhut. Trên đường về nhà, họ lại bị bọn người lúc trước tấn công và cướp lột. Lần này, Johannes Ruffer đã bị giết chết. Friedrich chôn bạn của mình trên đường đi và tiếp tục trở về Herrnhut.

Lá thư khiến Ludwig buồn rầu. Ông đã kỳ vọng rất nhiều vào công tác truyền giáo ở Persia, nhưng lại không thể xảy ra.

Vào năm 1751, Ludwig cũng biết tin một người đồng sáng lập ra cộng đồng Herrnhut đã qua đời. Christian David qua đời được sáu mươi mốt tuổi. Những giọt nước mắt tuôn dài trên má của Ludwig khi ông nhận được tin. Ludwig nhớ lại một ngày nọ vào năm 1722 khi ông gặp Christian David lần đầu tiên, người này đã để lại một ấn tượng về sự sốt sắng và nghị lực. Chính sự sốt sắng và nghị lực đó đã giúp Christian David dẫn dắt người Moravia không mệt mỏi từ lúc bị bách hại cho đến lúc có được sự tự do tín ngưỡng ở Herrnhut. Trong khoảng thời gian đó, Christian David đã thành công trong việc di chuyển Hội Hạt Ẩn thuộc Unitas Fratrum cổ của người Moravia đến một nơi mà họ có thể đâm rễ, tăng trưởng và kết quả một lần nữa. Ludwig tưởng nhớ về người bạn quá cố của mình.

Bên cạnh những câu chuyện đau lòng, đặc biệt là về Fredrich Hocker, thì số lượng người Moravia muốn được sai đi làm giáo sĩ càng nhiều hơn. Vào năm 1752, một nhóm các giáo sĩ người Moravia lên tàu *Hope* để căng buồm rời khỏi nước Anh, tấm lòng của họ hướng về bờ biển Labrador ở phía Đông Bắc của Canada, là nơi họ sẽ xây dựng một cơ sở truyền giáo và làm việc giữa vòng những người Eskimo. Đến ngày đặt chân lên bờ biển Labrador, bốn giáo sĩ đầu tiên đi vào bờ và chuẩn bị xây một ngôi nhà ở tại nơi mà họ đặt tên là Hopedale.

Sau khi đưa các giáo sĩ vào bờ, con tàu *Hope* lại căng buồm đi xa về phía bắc để đưa năm người giáo sĩ và thuyền trưởng vào bờ. Đến lúc này, mọi chuyện trở nên xấu đi. Một nhóm người Eskimo dụ họ vào bẫy và giết họ. Phó thuyền trưởng của con tàu Hope đã cho thuyền chạy ngược theo đường cũ và sơ tán bốn người giáo sĩ kia về lại châu Âu. Một lần nữa, Ludwig cảm thấy buồn vì một nỗ lực truyền giáo nữa không thành công. Nhưng ông đầu phục ý muốn của Chúa.

Năm 1752 đem đến nhiều tin buồn cho Ludwig. Christian Renatus, vẫn còn ở Luân Đôn cùng với cha của mình, mắc bệnh lao vào cuối tháng hai và qua đời khi chỉ mới hai mươi bốn tuổi vào ngày 28 tháng 5. Anh ấy được chôn cất ở Lindsey House, là trụ sở của người Moravia ở nước Anh.

Ludwig, đã năm mươi hai tuổi, thương tiếc Christian Renatus, đứa con trai duy nhất còn sống sót. Khi còn ở

Luân Đôn cùng nhau, Ludwig đã có khoảng thời gian gần gũi với con trai của mình. Nhiều tuần sau đó, nước mắt cứ chảy dày mỗi khi ông nhớ về Christian Renatus. Trong một lá thư gửi cho các hội chúng người Moravia để báo tin con trai đã qua đời, Ludwig viết rằng: "Tôi không hiểu vì sao . . . chính Ngài [Đức Chúa Trời] sẽ giúp mỗi tấm lòng của chúng ta thấu hiểu".

Erdmuth, lúc Christian Renatus mắc bệnh thì còn ở tại Herrnhut, đã tới Zeist, Hà Lan, trên đường đến thăm Luân Đôn thì nghe tin con trai đã qua đời. Bà nhanh chóng vượt biển Măng-sơ rồi đi thẳng đến mộ của con mà khóc trong cay đắng. Ludwig cố gắng an ủi vợ, nhưng ông cũng không thể nào chịu nổi sự đau buồn. Mặc dù Christian Renatus là đứa con thứ chín của họ đã qua đời, Erdmuth dường như không thể chấp nhận được sự thật này. Cuối cùng, bà cũng mạnh mẽ trở về Herrnhut, nhưng lại trở thành một người hoàn toàn khác.

Sau khoảng thời gian thương tiếc Christian Renatus, Ludwig tập trung trở lại vào công tác của Giáo hội Moravia, những tin tức tốt lành đến cùng ông vào năm 1753. Một báo cáo về công tác truyền giáo ở Tây Ấn khích lệ tinh thần của Ludwig rất nhiều. Người Moravia đã thành lập được cơ sở truyền giáo ở trên đảo Saint Croix và Saint John cũng như ở Saint Thomas. Công tác ở trên đảo Saint Thomas phát triển rất tốt. Hội thánh ở đó có hơn một ngàn người tin Chúa được báp-tem! Còn các giáo sĩ thường xuyên chia sẻ Phúc Âm cho hơn bốn ngàn người nô lệ nói hơn sáu mươi thứ tiếng. Ludwig mỉm cười khi đọc tin tức và nhớ lại ngày đưa tiễn Leonard Dober và David Nitschmann ở ngã ba đường tại Bautzen. Họ đã thực hiện tốt công tác thiết lập nền tảng cho công cuộc truyền giáo của người Moravia ở trên đảo. Lúc trước, Leonard có được cơ hội gặt hái trái đầu mùa – là Oly – thì bây giờ lại gặt hái được nhiều kết quả trên hòn đảo.

Ludwig nhận được nhiều tin tức tốt lành vào năm 1753. Các cuộc trao đổi với Thị trưởng Granville cuối cùng cũng thành công, người Moravia mua được khu đất ở phía Bắc Carolina với diện tích một trăm ngàn mẫu Anh. Ludwig đặt tên chỗ này là Wachovia, cái tên gắn liền với khối tài sản được truyền lại từ tổ tiên của gia đình ở nước Áo. Cộng đồng được sớm xây dựng theo mô hình của Bethlehem ở Pennsylvania. Ludwig đặt tên cho cộng đồng mới là Salem.

Vào tháng 2 của năm tiếp theo, hai chủ đồn điền ở một hòn đảo của người Anh tại Jamaica trong quần đảo Caribean đề nghị với Ludwig gửi các giáo sĩ đến trên đảo để chia sẻ Phúc Âm với những người nô lệ của họ. Ba giáo sĩ người Moravia được sai đi, họ đến đảo Jamaica vào tháng 10. Hai chủ đồn điền hỗ trợ mọi công tác của các giáo sĩ, cho họ đất đai để thành lập cơ sở truyền giáo. Chẳng bao lâu sau, các chủ đồn điền khác cũng muốn có những giáo sĩ đến khu vực của họ, thế là nhiều giáo sĩ người Moravia đến trên đảo, trong số đó có Christian Henry Rauch đến từ Pennsylvania. Christian Henry là một trong số những giáo sĩ đầu tiên đến truyền giáo cho người thổ dân ở Bắc Mỹ. Nhiều nô lệ sớm được cải đạo đã làm báp-tem để trở thành tín hữu Hội thánh ở Jamaica.

Vào tháng 3 năm 1755, Ludwig cảm thấy đã đến lúc để lại công việc ở nước Anh để trở về nước Đức. Ông đến thăm nhiều hội chúng người Moravia ở châu Âu trước khi gặp lại Erdmuth ở Niesky. Hai vợ chồng lặng lẽ quay trở về Herrnhut vào ngày 2 tháng 6. Cả hai đều không muốn có những nghi thức trịnh trọng thường xảy ra mỗi khi Ludwig xuất hiện. Tuy nhiên, thật khó tránh khỏi niềm vui mà cộng đồng dành tặng cho họ khi nghe nói lãnh đạo của họ đã trở về. Nhiều bài thánh ca và những bản xô-nát (sonatas) được xướng lên để vinh danh ông, rồi sau đó là một bữa tiệc yêu thương diễn ra. Ludwig chìm đắm trong tình yêu thương của mọi người, ông bật khóc nhiều lần. Người dân trong các làng xung quanh Herrnhut cũng phấn khởi khi biết được Bá tước Zinzendorf đang ở với họ.

Không lâu sau khi Ludwig trở về Herrnhut, nam tước Huldenberg đã đến thăm ông. Ông ấy là một nhà quý tộc đã mạnh dạn thúc đẩy việc trục xuất Ludwig ra khỏi Saxony khoảng mười chín năm trước.

Ludwig chào đón vị nam tước Huldenberg và vị mục sư ở điền trang, mà ông ta đã dẫn theo, một cách nồng hậu. Ông mời họ vào phòng thư viện để bắt đầu nói chuyện tử tế. Sau một hồi lâu, vị nam tước Huldenberg tằng hắng và tỏ vẻ lo lắng khi nhìn Ludwig.

Vị nam tước bắt đầu nói: "Thưa Bá tước Zinzendorf, tôi đến đây để trả lại một lá thư đã gửi cho ông. Hẳn là ông cũng đã biết, điền trang của tôi bị thiêu rụi vào năm

1751. Ngôi nhà duy nhất còn trụ lại là trang viên của tôi, nhưng nó đã bị lửa làm hư hại nặng. Tôi hỏi có thứ gì còn sót lại không, thì trong đống tàn tro, một người đầy tớ của tôi tìm được mảnh giấy này".

Vị nam tước cẩn thận đút tay vào cái túi da nhỏ và lấy ra một mảnh giấy bị cháy sém. "Mảnh giấy có ghi năm 1735, nó là của ông. Tôi sẽ đọc cho ông nghe tờ giấy nói gì:

> Tôi đau lòng khi biết ông nghi ngờ tôi và khu điền trang Herrnhut mà tôi yêu quý . . . Tôi đã có được vinh dự gặp mặt ông, ông có thể thấy rằng tôi không phải là người thích sống bừa bãi. Nếu ông biết về Herrnhut, thì ông sẽ rất muốn điền trang của mình giống như vậy . . . Cha của ông và tôi đã có một cuộc nói chuyện rất vừa lòng ở Prague, đến nỗi khiến tôi buồn lắm vì đã có sự hiểu lầm với con trai của ông ta . . . Tôi dám đảm bảo rằng tôi đã thành thật với ông, Zinzendorf.

Vị nam tước tiếp tục nói rằng: "Lúc đó, tôi phải thừa nhận rằng lá thư của ông khiến tôi nổi giận cùng ông và càng muốn ông bị trục xuất. Nhưng khi tôi nhìn thấy lá thư này lần nữa, sau trận hoả hoạn, tôi cảm thấy có lỗi vì những gì mình đã làm với ông và gia đình ông. Sự thật là tôi chẳng nghe được điều gì xấu ngoài những điều tốt về cộng đồng của ông, còn ông là người tốt hơn tôi. Tôi chỉ biết xin ông tha thứ cho tôi vì tôi đã làm nhiều điều sai quấy, xin ông hãy nhận tôi làm bạn và là người hỗ trợ cho công tác của ông".

"Ludwig nuốt nước mắt mà trả lời rằng: "Thưa nam tước Huldenberg, tôi có thể đảm bảo với ông rằng tôi chẳng có gì ngoài ý tốt đối cùng ông. Những gì ông đã dùng để hại tôi thì Chúa đã dùng nó để làm điều ích cho tôi. Tôi đầu phục mọi sự trước ý muốn của Chúa và tôi tin rằng chính tôi bị trục xuất là để làm trọn mục đích lớn lao của Ngài. Nếu như ông đã muốn hỗ trợ công tác của tôi, thì chúng tôi rất muốn gửi những giáo sĩ người Moravia đến điền trang của ông để thực hiện công tác Cơ Đốc ở đó".

Vị nam tước đáp lại một cách vô cùng hớn hở: "Tất nhiên, tất nhiên! Tôi sẽ để cho mục sư của tôi ở dưới sự chỉ đạo của các ông. Cầu xin Chúa ban ơn và mở rộng công việc của ông".

Khi nam tước Huldenberg đã về, Ludwig nhanh chóng tìm Erdmuth. Vị nam tước đã gửi lá thư bị cháy sém cho ông, còn Ludwig thì đọc to cho Erdmuth nghe và hồ hởi nói với nàng về sự giảng hòa tuyệt vời đã xảy ra giữa hai người.

Giữ đúng lời đã nói, vị nam tước Huldenberg trở thành một người hỗ trợ cộng đồng Herrnhut một cách trung tín, ông đã sai vị mục sư đến dự Hội nghị các mục sư đầu tiên tại Herrnhut được tổ chức đúng một năm sau đó.

Đến giờ phút này, tài chính là một vấn đề nan giải đối với Ludwig và người Moravia. Hội thánh có hai nguồn thu nhập chính. Một là từ nguồn thu nhập cá nhân của

Ludwig từ các điền trang và những khoảng đầu tư khác của ông, hầu hết đều do ông dâng hiến, còn nguồn thu nhập còn lại là số tiền mà tất cả cộng đồng đã tạo ra bằng cách buôn bán các sản phẩm và mặt hàng mà họ đã trồng và làm ra. Tuy nhiên, người Moravia luôn tận dụng hết số tiền mà họ có để mở mang nhiều cộng đồng và để sai phái nhiều giáo sĩ hơn nữa. Mất đi Herrnhaag đã tốn đến hàng nghìn bảng Anh, còn người Moravia ở nước Anh đã có những khoảng đầu tư không tốt nên họ phải sống trong cảnh nợ nần.

Đã đến lúc tổ chức một Hội nghị Kinh tế để tìm kiếm giải pháp cho hoàn cảnh khó khăn này. Đó là một khoảng thời gian căng thẳng, ai cũng có ý kiến riêng để giải thích vì sao mọi chuyện lại chuyển biến xấu và làm thế nào để giải quyết nó. Cuối cùng, năm tiêu chuẩn đánh giá được hình thành. Đầu tiên là phân biệt rõ tài sản của Zinzendorf và tài sản chung của Hội thánh. Thứ hai là đặt tài sản của Hội thánh ở dưới quyền kiểm soát của một Ban lãnh đạo, bao gồm những người hiểu biết về tài chính. Tiêu chuẩn đánh giá thứ ba đó là ban lãnh đạo cam kết hoàn trả lại tất cả nợ nần phát sinh từ Hội thánh, đồng thời tiêu chuẩn đánh giá thứ tư yêu cầu tất cả tín hữu Hội thánh đóng góp một khoảng nhất định hằng năm vào ngân sách chung của Hội thánh. Tiêu chuẩn đánh giá cuối cùng nói rằng tất cả những ai đã đóng góp vào ngân sách chung của Hội thánh đều có quyền gửi những đại diện tham dự Đại hội của Hội thánh.

Đó là những quyết định táo bạo đối với những người

thường hỏi Ludwig họ phải làm gì, nhưng mọi người đều quyết định rằng đó là những điều tốt nhất. Lúc này, Ludwig đã được năm mươi lăm tuổi, sức khoẻ của ông đang yếu dần. Kỳ thực, ông đã tính đến chuyện sau Hội nghị Kinh tế là một trong những cách để ông kết thúc mọi công tác đối với người Moravia trước khi từ giã họ.

Khi hội nghị vừa kết thúc, những tin buồn đến từ Mỹ. Một cuộc chiến sắp sửa diễn ra giữa Anh và Pháp về tương lai của các thuộc địa, những cuộc giao tranh này thường xảy ra ở biên giới phía Tây của Pennsylvania. Người Moravia vốn trung thành với nước Anh vì họ nằm trong thuộc địa của người Anh, nhưng hầu hết người thổ dân lại ủng hộ người Pháp. Dần dần, những người Moravia trở thành mục tiêu tấn công của người thổ dân. Nhiều người bị giết, nhưng chẳng có gì chuẩn bị cho người Moravia trước những gì xảy ra vào đêm ngày 2 tháng 11.

Mười lăm người lớn và một em bé bị bao vây ở cơ sở truyền giáo Gnadenhutten cách Bethlehem khoảng hai mươi dặm về phía Tây Bắc. Những người thổ dân hiếu chiến bao vây ngôi nhà trong đêm đó và bắt đầu nả súng vào những người giáo sĩ đang ở trong nhà. Mọi người đều bỏ chạy lên lầu. Người thổ dân châm lửa đốt nhà, ngọn lửa nhanh chóng lan đến tầng hai. Người Moravia ở trên tầng hai nhảy khỏi lầu để cứu mạng mình, nhưng mấy viên đạn và rìu đều nhắm vào họ khi rơi xuống đất. Năm người trốn thoát khỏi cuộc tàn sát, ở trong rừng họ nhìn thấy nhà cửa, ngay cả trường học, cửa hàng và nhà thờ, đều bị thiêu rụi. Những người thổ dân đã cải đạo đến giúp đỡ, nhưng mọi thứ đã quá trễ. Những người được cải đạo muốn trả thù những người thổ dân đó, nhưng người Moravia nói rằng họ đến để cứu người chứ không phải để giết người.

Ludwig nhất định tự mình nói với cả cộng đồng Herrnhut biết tin. Sau đó, ông đã hướng dẫn cả cộng đồng cầu nguyện cho những kẻ giết người sẽ không chết trước khi nghe và tiếp nhận Phúc Âm. Mười lăm người nam và người nữ liền bước tới phía trước để tiếp tục công tác của những giáo sĩ đã ngã xuống, không lâu sau họ được gửi tới Pennsylvania.

Người Moravia ở Saxony cũng bị ảnh hưởng trực tiếp bởi xung đột này. Cuộc chiến giữa người Pháp và người thổ dân ở Bắc Mỹ đã lan đến châu Âu và được nhiều người biết đến là Chiến Tranh Bảy Năm. Trong trận chiến, nhà vua Frederick đệ nhị của người Phổ đã xâm chiếm Saxony, rất nhiều nhà cửa của người Moravia bị chìm ngập trong cuộc chiến. Một sự chia rẽ giữa vòng binh lính của nước Phổ đã biến Berthelsdorf trở thành trụ sở chính của họ.

Qua mọi chuyện, Ludwig tiếp tục công việc của mình. Ông tiếp tục viết thánh ca, đặc biệt là những bài thánh ca dành cho thiếu nhi, trong đó ông đã sáng tác một *Tuyển tập Thánh ca dành cho thiếu nhi*. Ông cũng bận rộn viết sách báo cho người lớn đọc.

Vào năm 1756, Ludwig chuyển đến sống ở Bethel, một trang viên mà ông đã xây trong điền trang Berthelsdorf khoảng ba mươi ba năm trước. Ông đã thay đổi chỗ ở thành cái mà ông gọi là Nhà Môn Đồ. Ở đó, có rất nhiều nhóm thay phiên nhau đến dành thời gian với Ludwig.

Trong khi đó, Ludwig bắt đầu để ý thấy Erdmuth không khoẻ. Bà vẫn chưa hồi phục lại hoàn toàn sau cái chết của Christian Renatus nên dành nhiều thời gian để nằm nghỉ. Bà không hề tỏ ra đau đớn gì cả, nhưng bà đã mất đi ý chí sống. Cuối cùng, vào tháng 6 năm 1756, bà không ngồi dậy được nữa. Năm ngày sau, vào lúc sáng sớm ngày 18 tháng 6, bà đã qua đời.

Ludwig hoàn toàn suy sụp. Ông và Erdmuth đã sống với nhau được ba mươi bốn năm và đã sinh được mười hai đứa con, trong đó chín đứa đã qua đời. Họ đã sống xa nhau vì công việc của Hội thánh nhiều hơn là ở với nhau, giờ đây Ludwig tự dằn vặt mình rằng liệu ông đã làm tròn bổn phận của một người chồng đối với Erdmuth chưa! Ông đã khích lệ bà đủ chưa? Ông có biết ơn vì công khó của bà trong việc quản lý tài chính và nuôi dạy con cái chăng? Hay là ông không hề thấy điều đó mà chỉ muốn bà san sẻ những gánh nặng của Giáo hội Moravia mà thôi? Có phải bà qua đời quá sớm vì làm việc quá nhiều chăng? Những thắc mắc đó giày vò Ludwig đến nỗi ông không thể tham dự lễ tang của Erdmuth. Ông đã đứng ở tầng hai từ trang viên để nhìn thấy bà được chôn ở nghĩa trang.

Những câu hỏi ấy không biến mất ngay lập tức khi Erdmuth đã được an táng. Ludwig tiếp tục với cảm giác mặc cảm và hối hận vì những mong đợi mà ông đã chồng chất trên người vợ của mình. Ông không thể nghỉ ngơi và cứ liên tục di chuyển hết nơi này nơi kia, nhưng ông không còn vui thích trò chuyện trao đổi với người khác nữa. Thay vào đó, ông sống khép kín với mọi người mỗi khi có thể và tìm kiếm sự an ủi bằng việc cầu nguyện.

Một năm trôi qua, cuối cùng người con rể của Ludwig là John đến gặp ông. John nói rằng nhiều trưởng lão đã bàn bạc với nhau và quyết định Ludwig nên tái hôn. Ludwig thấy đó là điều khôn ngoan. Từ lúc Erdmuth qua đời, ông chỉ ở một mình. Ông quyết định cưới Anna Nitschmann, là một lãnh đạo quan trọng của người Moravia. Bà đã được bốn mươi hai tuổi, còn ông đã được năm mươi sáu tuổi, nhưng đó không phải là vấn đề to tát. Có một thứ còn lớn hơn tuổi tác đã chia cắt họ. Cho dù ông cố gắng rất nhiều, Ludwig vẫn là một bá tước, còn Anna, cho dù vai trò lãnh đạo của bà có tuyệt vời đến mấy, cũng chỉ là một nông dân trong con mắt của giới quý tộc ở Đức. Ngay cả giữa vòng ban lãnh đạo ít thành kiến của Hội thánh, cũng không thể tưởng tượng được một ông bá tước lại đi cưới một nữ nông dân!

Ludwig càng nghĩ về điều đó, thì mọi thứ càng phức tạp hơn. Mẹ của ông sẽ nói gì về chuyện này? Có lẽ bà sẽ nói những lời lẽ còn khó nghe hơn những gì bà đã thốt ra khi ông quyết định trở thành mục sư của Giáo hội Lutheran. Còn những người anh chị em họ và ruột thịt thì sao? Cưới một người nông dân có làm xấu hổ gia đình không? Ludwig chẳng biết thế nào. Tất cả những gì ông cần phải làm là quyết định càng sớm càng tốt vì ông không còn trẻ nữa.

CHƯƠNG 14
ĐƯỢC CHỌN ĐỂ KẾT QUẢ

V ào thứ hai, ngày 27 tháng 6 năm 1757, Bá tước Nicolaus Ludiwg von Zinzendorf đã thành hôn với Anna Nitschmann, lễ cưới được tổ chức thân mật tại Nhà Môn Đồ ở Berthelsdorf. Mười một người chứng kiến buổi lễ, mỗi người đồng ý giữ bí mật này cho đến khi Ludwig cảm thấy đúng thời điểm thì mới nói với tất cả mọi người.

Cùng lúc đó, Ludwig từ bỏ danh hiệu bá tước của Đế chế La Mã và nhường lại tất cả tước hiệu lẫn danh dự cho người cháu của ông. Ông hy vọng rằng điều này sẽ làm dịu cơn giận từ gia đình khi họ phát hiện ra ông đã kết hôn với một người nông dân. Bên cạnh đó, Christian Renatus đã qua đời, Ludwig không còn người nối dòng trực hệ để nhận lãnh những tước hiệu và danh dự của ông khi qua đời.

Đôi uyên ương mới vừa kết hôn đã sớm gia nhập một nhóm "hành hương", trong đó có John và Benigna von Watteville, cùng con gái của họ là Elizabeth. Họ đi tới bờ Tây nước Đức và Thụy Sĩ để thăm viếng các hội chúng người Moravia. Hễ đi tới nơi nào, Ludwig đều được mời để chia sẻ, có lúc bằng tiếng Pháp và nhiều lần khác thì bằng tiếng Đức.

Đến khi mùa thu về, thời tiết trở lạnh hơn, Ludwig cảm thấy không khoẻ. Ông ở lại với gia đình của Erdmuth một tháng cho đến khi cảm thấy khoẻ hơn để tiếp tục hành trình. Toà lâu đài này gợi lại trong Ludwig nhiều kỷ niệm – chiếc xe ngựa gặp tai nạn ở bờ sông gần đó đến thăm toà lâu đài lần đầu tiên, sau đó ông biết được người bạn Henry đã phải lòng với người em họ Theodora, rồi ông xin mẹ của Erdmuth gả nàng cho mình. Ludwig đã có dư thời gian trong lúc nghỉ ngơi để nhớ lại tất cả mọi chuyện. Hồi tưởng lại, ông cảm thấy biết ơn người bạn đời chung thuỷ Erdmuth đã sống cùng ông.

Ludwig và Anna trở về Herrnhut vào tháng 1 năm 1758, lúc bấy giờ vẫn còn rất ít người trong cộng đồng biết chuyện kết hôn của hai người. Anna quay trở lại công việc của bà trong nhóm nữ độc thân, còn Ludwig tham dự các cuộc họp tại Nhà Môn Đồ. Mùa hè năm đó, cả hai tiếp tục ra đi, lần này họ đi tới Hà Lan để khích lệ công việc của người Moravia ở đó. Ludwig đến thăm Herrendyk và Zeist để khích lệ hai cơ sở cố gắng chú trọng vào công tác sai phái các giáo sĩ.

Cuối cùng, vào tháng 11, Ludwig gửi một lá thư cho tất cả hội chúng người Moravia để công khai cuộc hôn nhân của ông với Anna Nitschmann, rồi giải thích vì sao họ lại giữ bí mật chuyện này đến một năm rưỡi như vậy.

Ông chờ tin từ mẹ mình, nhưng bà hoàn toàn im lặng trước sự việc này.

Ludwig và Anna về nhà đúng vào đêm giáng sinh, đúng lúc bài thánh ca tuyệt vời ngân lên.

Bây giờ, mọi người đều biết Ludwig và Anna đã kết hôn, Anna dọn tới ở trong Nhà Môn Đồ cùng với chồng mình, cả hai cùng giữ vai trò mục sư chăm sóc cộng đồng tại Herrnhut. Họ thích ngồi lại với trẻ em và dạy chúng những bài hát mới.

Năm 1759 đầy hứa hẹn. Từ năm ngoái, Ludwig đã đến gặp nhà vua của Đan Mạch để bàn chuyện thành lập một thuộc địa cho người Moravia ở Iceland. Ông nhận được một lá thư nói rằng nhà vua mong muốn người Moravia bắt đầu công việc ở trên quần đảo Nicobar thuộc Ấn Độ Dương, đó là quần đảo mà Công ty Đông Ấn của Đan Mạch đã nắm quyền kiểm soát trong hai năm qua. Để thực hiện điều này, Ludwig đã bàn bạc xin phép người Moravia tiến hành thiết lập một cơ sở truyền giáo ở Tranquebar về phía Đông Nam của Ấn Độ. Lúc này, vào năm 1759, mười bốn người đàn ông ở trong nhóm nam độc thân đang chuẩn bị tới Ấn Độ. Hai người trong số đó sẽ cam kết làm sứ mạng trọn thời gian ở trên quần đảo Nicobar, trong khi mười hai người khác sẽ làm việc để có những khoản tiền cần thiết để hỗ trợ cho công tác này.

Lúc chia tay các giáo sĩ được sai tới Tranquebar đã gợi lại nhiều ký ức về ngôi trường của August Franke ở Halle vào năm 1712, đó là nơi Ludwig gặp Bartholomaus Ziegenbalg. Bartholomaus đã trở thành giáo sĩ ở

Tranquebar và đang trong thời gian nghỉ phép. Buổi trưa hôm đó khi trò chuyện với ông ta, Ludwig đã bị thách thức, chính lúc ấy là bước ngoặc thay đổi cuộc đời của ông. Giờ đây, bốn mươi bảy năm sau, người Moravia sắp sửa thiết lập cơ sở truyền giáo của họ ngay trên thuộc địa Tranquebar.

Vào tháng 11 năm 1759, Ludwig thấy lo lắng cho Anna, bà đang bị sụt cân rất nhanh. Mặc dù Anna ít khi phàn nàn, nhưng Ludwig có thể thấy bà thường bị đau. Ông gọi bác sĩ tới khám, nhưng không ai có thể nói được bà đang mắc bệnh gì. Anna tiếp tục làm việc khi có thể, còn Ludwig tiếp tục gặp gỡ các nhóm nhỏ khác nhau, hướng dẫn buổi nhóm, và viết ra quyển *Câu gốc Mỗi ngày và Tài liệu Thần học* cho năm 1761.

Đến tháng 4 năm 1760, Ludwig phải đối diện với một sự thật đó là người vợ thứ hai của ông đang mắc bệnh ung thư. Anna không thể rời khỏi giường, còn Ludwig thì đến thăm bà mỗi ngày. Vào Chúa Nhật, ngày 4 tháng 5, Anna lấy hết can đảm cùng đi nhóm với Ludwig để lắng nghe những chị em độc thân hát. Tuy nhiên, trong buổi nhóm đó, Ludwig bắt đầu để ý thấy lồng ngực của ông rất đau và nhịp thở của ông trở nên khó khăn hơn.

Đột nhiên, một điều khó tin đã xảy ra, Ludwig cũng mắc bệnh trầm trọng. Ông bị bệnh nặng đến nỗi nghĩ rằng mình sẽ qua đời trước Anna. Mọi người ở Herrnhut biết tin và đều được phép đến thăm Ludwig cùng các nhóm nhỏ. Mặc dù Ludwig được nhiều người đến thăm hát lên những bài thánh ca, cầu nguyện và đọc Kinh Thánh liên tục. Sức khoẻ của ông vẫn yếu dần.

Vào ngày 8 tháng 5, Ludwig nhìn xung quanh thấy các thành viên của cộng đồng đã nhóm lại bên cạnh ông. Lồng ngực của ông thắt lại, hai lá phổi kêu ùng ục khi ông thở, nhưng ông vẫn cố gắng nói chuyện. Ông quay sang mục sư David Nitschmann. Giọt nước mắt tuôn dài trên gò má khi ông nói

"Có phải từ đầu ông cho rằng Chúa Cứu Thế sẽ làm những điều mà chúng ta đang nhìn thấy ở rất nhiều nơi có người Moravia sinh sống, giữa vòng con cái Chúa thuộc các hệ phái và giữa vòng người ngoại đạo phải không? Tôi chỉ cầu xin Ngài ban cho vài trái đầu mùa mà thôi, nhưng bây giờ có đến hàng ngàn người. Nitschamnn ơi, ông có thấy Hội thánh của chúng ta đang có rất nhiều người đứng quanh Chiên Con rồi phải không!"

Đêm đó, Ludwig gọi mấy cô con gái và con rể của ông đến bên cạnh giường. Ông cho các cô con gái lời khuyên về các điền trang và các việc khác, rồi ông quay sang người con rể là John.

"Bây giờ, cha sắp sửa gặp Cứu Chúa rồi. Cha sẵn sàng. Cha đầu phục ý muốn của Ngài. Ngài là tất cả với cha. Nếu Ngài không muốn cha sống nữa, cha sẵn sàng về cùng Ngài. Chẳng còn điều gì ngăn trở cha nữa".

John nắm lấy tay Ludwig rồi bắt đầu cầu nguyện. "Lạy Chúa, xin cho người đầy tớ này của Ngài được yên nghỉ. Xin Ngài ban ơn và gìn giữ người; xin Chúa chiếu sáng mặt Ngài ở trên người và gia ơn trên người; xin Chúa hãy để cho người ra đi một cách bình an".

Ludwig ngẩng đầu lên khỏi gối rồi hạ đầu xuống.

Lồng ngực của ông không còn thắt lại nữa, đôi mắt ông nhìn chăm lên trần nhà. Bá tước Nicolaus Ludwig von Zinzendorf qua đời. Vào lúc 10 giờ tối, thứ Sáu ngày 9 tháng 5 năm 1760, đúng mười bảy ngày trước lần sinh nhật thứ sáu mươi của ông.

Hàng trăm người đã đứng đợi ở trước Nhà Môn Đồ khóc trong lặng lẽ khi nghe tin Ludwig qua đời. John đến phòng của Anna để cho bà biết Ludwig đã qua đời. Anna gật đầu, dường như bà cũng mong được biết điều đó, rồi đáp rằng: "Tôi thì hạnh phúc hơn tất cả mọi người. Tôi sẽ sớm gặp lại ông ấy thôi".

Những tiếng kèn trôm-bon được cất lên mỗi khi có người qua đời ở Herrnhut, âm thanh to và rõ ràng vào buổi sáng sớm. Sương sớm vây lấy khu rừng, nhẹ nhàng đưa tiếng kèn báo tin có người qua đời cho mọi người biết. Chỉ có một câu hỏi đó là: mọi người vừa mất đi một người cha hay người mẹ?

Không lâu sau, mọi người biết Ludwig đã qua đời. Thân thể của Ludwig được mặc bộ áo tế màu trắng mà ông, là một mục sư của Giáo hội Lutheran, đã từng mặc khi ông cử hành lễ tiệc thánh. Ludwig được đặt vào trong một quan tài màu tím để ở phòng khách. Hàng ngàn người từ nhiều nơi đến viếng tang để nói lời tạm biệt người đàn ông đã vượt qua mọi rào cản trong xã hội để làm bạn với họ. Tối đó, vài người đàn ông cũng đem Anna đến phòng khách để bà nói lời tạm biệt ông.

Cả cộng đồng chờ đợi một tuần trước khi chôn xác của Ludwig, để mọi người từ nhiều nơi khác đến viếng tang ông. Cuối cùng, vào tối ngày 15 tháng 5, lễ tang được tiến hành ở nghĩa trang God's Acre. Dẫn đầu đoàn người đi đến nghĩa trang là một nhóm thiếu nhi mặc áo trắng. Phía sau là ba người con gái vẫn còn sống của Ludwig đó là Benigna, Maria và Elisabeth, cùng với John von Wattenville, mục sư David Nitschmann và Frederick von Watteville. Frederick tự hào đeo chiếc nhẫn của Hội Hạt Cải mà Ludwig đã tặng ông hơn bốn mươi năm trước.

Khi đoàn người đưa tiễn đến nghĩa trang, những thành viên trong cộng đồng Herrnhut, những người sinh sống tại các làng và thị trấn kế bên, cùng các khách mời đứng vây quanh để lắng nghe David Nitschmann chia sẻ khi chiếc quan tài được hạ xuống đất từ từ, bên cạnh mộ của nữ Bá tước Erdmuth. "Chúng ta gieo hạt giống này xuống đất bằng nước mắt; nhưng chính Chúa, vào đúng thời điểm của Ngài, sẽ làm cho hạt giống ấy được sống và sẽ được Ngài gặt hái bằng những lời cảm tạ và ngợi khen! Hết thảy chúng ta đều đồng ý với điều này thì hãy nói a-men".

Bốn nghìn người đồng thanh nói: "A-men".

Anna bị bệnh nặng không thể tham dự lễ tang, nhưng bà đã đứng chống nạng dõi theo từ cửa sổ phòng nữ độc thân. Bảy ngày sau, vào ngày 22 tháng 5, bà cũng đã qua đời và được chôn bên cạnh chồng của mình. Lúc này, mộ của Ludwig đã được lắp lại hẳn hoi. Trên mộ có ghi rằng:

Đây là mộ của một người đã thuộc về Đức Chúa Trời, Bá tước Nicolaus Ludwig, cũng là chủ của điền trang Zinzendorf và Pottendorf. Bởi ân điển của Chúa và sự trung tín phục vụ không mệt mỏi, ông là một thành viên danh dự của Hội Anh Em, được đổi tên vào thế kỷ mười tám. Ông sinh ra tại Dresden vào ngày 26 tháng 5 năm 1700 và đã vui mừng trở về cùng Chúa vào ngày 9 tháng 5 năm 1760. Ông đã được chọn để kết quả và đã kết quả đến đời đời.

LỜI KẾT
CÔNG TÁC CÒN TIẾP TỤC

Mặc dù sự qua đời của Bá tước Zinzendor là một cú sốc cho Giáo hội Moravia, nhưng lại trở thành một trang sử mới chứ không phải là kết cuộc của Giáo hội. Ludwig đã từng nắm vai trò lãnh đạo toàn bộ Giáo hội, thiết lập các quy tắc cho rất nhiều cộng đồng và hội chúng khác nhau, đưa ra rất nhiều quyết định quan trọng. Giờ đây, ông đã qua đời, Giáo hội đã quyết định đến lúc nhìn nhận lại những gì đã được hình thành. Vài năm sau đó, các lãnh đạo quan trọng của người Moravia đã gặp nhau để phác thảo một hiến pháp dành cho Giáo hội và thiết lập một mô hình lãnh đạo và quản trị để dẫn dắt họ trong tương lai.

Sự qua đời của Bá tước Zinzendorf không hề khiến người Moravia từ bỏ nỗ lực sai phái các giáo sĩ, là điều cốt lõi mà Ludwig đã ra sức thiết lập. Cho đến lúc vị bá tước qua đời, người Moravia đã sai đi 226 người giáo sĩ và làm báp-tem cho hơn 3000 người mới tin Chúa. Giáo hội tiếp tục sai các giáo sĩ đến cánh đồng truyền giáo, mở rộng các trụ sở và thiết lập nhiều cơ sở truyền giáo mới.

Công tác truyền giáo của người Moravia đang làm ở đảo Saint Thomas, Saint Croix và Saint John tiếp tục tăng trưởng và phát triển. Trong vòng năm mươi năm đầu tiên ở đó, các giáo sĩ đã làm báp-tem cho 8,833 người lớn và 2,974 em thiếu nhi mới tin Chúa.

Công tác của Giáo hội Moravia cũng lan rộng đến các hòn đảo khác trong vùng biển Caribbean, trong đó có Antigua, từ năm 1769 đến năm 1792, số người Moravia mới tin Chúa ở trên đảo tăng từ 14 đến 7,400.

Ở Surinam, các giáo sĩ phải sống trong cuộc chiến giữa người thổ dân và nô lệ. Vì không thể chấm dứt cuộc nổi dậy liên tục diễn ra, chính phủ đã phải trả tự do cho người nô lệ và cuộc chiến giảm dần. Người Moravia xây dựng các cơ sở truyền giáo nhiều hơn và quay trở lại làm việc giữa vòng người thổ dân và những nô lệ khác. Nhưng công tác truyền giáo của người Moravia vẫn còn gặp khó khăn vì dịch bệnh và vấn đề thiếu lương thực. Các giáo sĩ buộc phải đóng cửa một vài cơ sở của họ. Dù có những khó khăn, họ vẫn không rời bỏ công tác truyền giáo ở Surinam. Thời gian trôi qua, sự kiên trì của các giáo sĩ được đền đáp, hàng nghìn người mới tin Chúa được thêm vào Hội thánh ở đó.

Ba cộng đồng truyền giáo nữa được thành lập giữa vòng người Eskimos ở đảo quốc Greenland khi công tác tiếp tục tăng trưởng. Mười năm sau khi bá tước Zinzendorf qua đời, người Moravia ở Anh đã thành công trong việc thành lập bốn cơ sở truyền giáo dọc bờ biển

Labrador của đất nước Canada. Tuy nhiên, các giáo sĩ phải mất rất nhiều năm kiên nhẫn làm việc trước khi có người bản địa đáp ứng lại với Phúc Âm.

Công tác truyền giáo giữa vòng người thổ dân ở Bắc Mỹ cũng được tiếp tục. Cuộc chiến giữa người Pháp và người thổ dân đã khiến khoảng thời gian ấy rất khó khăn đối với cuộc sống của người Moravia và công tác của họ giữa vòng người thổ dân. Người Pháp đã cố gắng chinh phục rất nhiều bộ lạc da đỏ rồi chiêu mộ họ chiến đấu chống lại nước Anh. Người Moravia thấy mình bị kẹt trong cuộc chiến này, họ cố gắng giữ mình và người thổ dân trong cộng đồng truyền giáo khỏi những mâu thuẫn. Không phải lúc nào cũng làm được, các giáo sĩ người Moravia đã bị sát hại như đã thuật lại trong câu chuyện tại Gnadenhutten, Pennsylvania, vào ngày 24 tháng 11 năm 1754.

Cuối cùng, cuộc chiến cũng kết thúc, mọi sự thù địch không còn nữa. Người Moravia quay trở lại làm việc giữa vòng người thổ dân, một trong những nỗ lực đáng nể của họ đó là kiên trì học tiếng bản địa và sử dụng tiếng địa phương để dạy dỗ và chia sẻ. Kết quả là sự tin cậy và mối liên hệ được thiết lập giữa người Moravia và người thổ dân da đỏ.

David Zeisberger là một giáo sĩ người Moravia rất yêu thích làm một chức vụ giữa vòng người thổ dân. Sau cuộc chiến giữa Pháp và người thổ dân kết thúc, ông đã thành lập một cơ sở truyền giáo giữa vòng người thổ dân ở bờ Tây gọi là Schonbrunn (nghĩa là *dòng suối tươi đẹp*) ở gần sông Tuscarawas về phía Đông Nam của

Ohio. Một thời gian ngắn sau, Gnadenhutten, được đặt theo tên của một cơ sở truyền giáo không được may mắn ở Pennsylvania, được thành lập về phía Nam mười dặm. Rất nhiều người thổ dân Delaware, cũng như người thổ dân đến từ những cộng đồng của người Moravia, đều di cư đến sống. Schonbrunn và Gnadenhutten là những cộng đồng đang phát triển mạnh, có nhiều người mới tin Chúa đã từ bỏ tập tục của mình và thề không bao giờ tham gia chiến tranh nữa.

Sau này, một cuộc chiến khác – Chiến tranh Cách mạng – đã nhận chìm nhiều nơi. Schonbrunn và Gnadenhutten nằm giữa căn cứ quân đội của người Anh tại Detroit và người Mỹ tại Pittsburgh. David và các giáo sĩ người Moravia đều bị hai bên nghi ngờ. Mỗi bên cho rằng họ là gián điệp của kẻ thù và đang xúi giục người thổ dân ủng hộ kẻ thù trong chiến tranh. Tất nhiên, chẳng có điều gì khác ngoài sự thật. Người Moravia và những người còn lại trong cộng đồng đều đeo đuổi sự hòa bình và đã chọn vị trí trung lập trong cuộc chiến này.

Cuối cùng, quân lính nước Anh đến ép buộc cư dân tại Schonbrunn và Gnadenhutten rời khỏi địa phận và mùa màng của họ. Người dân phải di chuyển lên phía bắc đến Sandusky, họ phải chịu đựng mùa đông lạnh buốt đến nỗi không còn gì ăn ngoài việc chờ chết. Từ Sadusky, David và các giáo sĩ người Moravia bị đưa tới Detroit để người Anh xét xử vì tội làm gián điệp cho người Mỹ. Khi mùa xuân đến, các giáo sĩ không còn ở đó nữa, có khoảng một trăm năm mươi người thổ dân đã tin Chúa không có thức ăn, đã xin phép quay trở lại tạm trú ở Gnadenhutten để lượm mót những gì còn sót lại từ mùa màng.

Trong khi những người thổ dân đang lượm thức ăn ở ngoài đồng, chín mươi tình nguyện viên người Mỹ được lệnh của Đại tá David Williamson đã bất ngờ tấn công họ. Những quân lính người Mỹ này đã được sai đi từ Pittsburgh để trả thù cho cái chết của một nông dân người da trắng và gia đình của anh ta đã bị người thổ dân nói tiếng Đức giết hại. Những người thổ dân đã đối xử tốt với mấy người lính khi họ tới nơi và cho họ ăn, nhưng bọn lính đền đáp lòng hiếu khách bằng việc giết hại tất cả mọi người một cách tàn nhẫn vào buổi sáng ngày 8 tháng 3 năm 1782. Khoảng một trăm năm mươi người thổ dân đã bị giết, chỉ còn lại hai đứa bé trai còn nhỏ thoát chết và báo cáo lại cảnh tượng giết chóc kinh hoàng.

Hơn một trăm năm sau cuộc tàn sát tại Gnadenhutten, Tổng thống Theodore Roosevelt đã gọi cuộc tàn sát đó là một "hành động vô cùng tàn ác" và ông đã nói rằng: "cho đến bây giờ máu của họ vẫn sôi lên trong huyết quản của ông mỗi khi nhắc lại sự việc đó".

Cuộc tàn sát ở Gnadenhutten đã ảnh hưởng sâu đậm đến công tác của các giáo sĩ đang làm việc giữa vòng người thổ dân. Người Moravia đã cố gắng vực dậy sau Chiến tranh Cách mạng, nhưng cuộc tàn sát đã thay đổi thái độ của rất nhiều người thổ dân. Có nhiều người tin Chúa quay trở về cộng đồng của người Moravia, nhiều người thổ dân hỏi tại sao lại đón nhận tín ngưỡng của người da trắng như vậy. Dù sao, khi nhìn lại những gì đã qua – sự đổ máu và đau khổ. Từ đó, công tác giáo sĩ giữa vòng người thổ dân ở Bắc Mỹ trở nên vô cùng khó khăn, vì bây giờ các giáo sĩ phải vượt qua sự nghi ngờ và oán hận sâu sắc đã bén rễ trong lòng các thổ dân.

David Zeisberger tiếp tục công tác của ông giữa vòng người thổ dân hơn hai mươi lăm năm tiếp theo, nhưng công việc của ông không thể nào có lại được nhịp điệu và sự thay đổi vốn có trước khi sự việc xảy ra tại Gnadenhutten.

Cho dù phải lội ngược dòng, công tác của David và các giáo sĩ người Moravia khác đang sinh sống giữa vòng người thổ dân ở Bắc Mỹ vẫn có ảnh hưởng, không chỉ đối với người thổ dân mà còn đối với người da trắng nữa. Tác giả James Fenimore Cooper, một tiểu thuyết gia người Mỹ đầu tiên nổi tiếng khắp thế giới, đã dành những ngày tháng còn trẻ tuổi sống giữa vòng người thổ dân ở New York. Tại đó, ông cũng gặp rất nhiều giáo sĩ người Moravia đang làm việc, chính ông đã bị thách thức rất lớn với những gì mình chứng kiến. Quyển nhật ký của David Zeisberger và một vài người Moravia khác đã truyền cảm hứng, và là nguồn tư liệu chứa đựng rất nhiều câu chuyện trong Bộ truyện Leatherstocking. Người thổ dân sớm cải đạo tên là Tschoop chính là hiện thân của nhân vật Chingachgook trong cuốn tiểu thuyết *Người Cuối Cùng Của Bộ Tộc Mohicans* được xuất bản vào năm 1826 của Cooper.

Lòng sốt sắng của Bá tước Zinzendorf trong công

tác giáo sĩ không chỉ dừng lại ở cộng đồng người Moravia. Cuộc đời của Ludwig đã ảnh hưởng tới rất nhiều Cơ Đốc nhân không thuộc Giáo hội Moravia, hơn là những người ở trong Giáo hội này, bằng nhiều cách. John Wesley đã đích thân tới thăm Herrnhut để chiêm ngưỡng cộng đồng đầy nghị lực này. Mặc dù ông có nhiều sự khác biệt về giáo lý đối với người Moravia, nhưng ông đã áp dụng rất nhiều điều từ người Moravia trong Giáo hội Giám lý mà ông đã thành lập. Năm 1792, tại một buổi nhóm nhỏ của các mục sư Báp-tít ở Kettering của nước Anh, William Carey được chọn làm giáo sĩ Báp-tít đầu tiên đã đưa ra rất nhiều bài viết về người Moravia gọi là *Nhật Ký* trên bàn và tuyên bố rằng: "Hãy xem người Moravia đã làm như thế nào! Giáo hội Báp-tít chúng ta ít ra cũng nên trung tín với Chúa giống như thế chứ?"

Người Moravia ở Herrnhut tiếp tục cầu thay cho các giáo sĩ ở khắp nơi trên thế giới. Kỳ thực, các buổi cầu nguyện liên tục hai mươi bốn giờ đã bắt đầu từ 1727 được tiếp tục không ngừng trong hơn một trăm năm.

Ngày nay, hơn hai trăm năm sau khi Ludwig qua đời, tinh thần của Bá tước Nicolaus Ludwig von Zinzendorf vẫn còn sống mãi, không chỉ trong Giáo hội Moravia mà còn vang dội trong rất nhiều tổ chức sai phái giáo sĩ ở khắp nơi trên thế giới. Bá tước Zinzendorf đã tìm kiếm những trái đầu mùa, nhưng khải tượng và sự tận hiến của ông đã đạt được kết quả rất lớn ngày hôm nay, hàng triệu người đã được thêm vào sự hiệp một của các tín đồ.

PHỤ LỤC

Hamilton, J. Taylor, và Kenneth G. Hamilton. Lịch sử Giáo hội Moravian: The Renewed Unitas Fratrum 1722-1957. Behtlehem, PA: Giáo hội Moravian ở Mỹ, 1967.

Hutton, J. E. Lịch sử Giáo hội Moravian. London: Văn phòng Nhà xuất bản Moravian, 1909.

Lanton, Edward. Lịch sử Giáo hội Moravian. London: Allen & Unwin, 1956.

Lewis, A. J. Zinzendorf: Tiên phong Giáo hội Toàn cầu. London: Nhà in SCM, 1962.

Sawyer, Edwin A. Mười lăm: Các nhà tiên phong Giáo hội Moravian. Behtlehem, PA: Nhà in Comenius, 1963.

Weinlick, John R. Bá tước Zinzendorf: Câu chuyện về cuộc đời và vai trò lãnh đạo của ông ở trong Giáo hội Moravian Cải cách. Behtlehem, PA: Giáo hội Moravian ở Mỹ, 1989.

VỀ TÁC GIẢ

Janet và Geoff Benge là một cặp vợ chồng nhà văn với hơn ba mươi năm kinh nghiệm viết lách. Janet từng là giáo viên cấp một. Geoff sở hữu tấm bằng lịch sử. Họ xuất thân từ New Zealand, gia đình họ Benge đã phục vụ mười năm trong tổ chức Thanh Niên Với Sứ Mạng (YWAM). Họ có hai cô con gái, Laura và Shannon, và một đứa con trai nuôi tên là Lito. Họ hiện đang cư ngụ tại khu vực Orlando, Florida.

MỤC VỤ TIÊN PHONG

Mục vụ Tiên Phong ra đời với khải tượng "chuyển ngữ và xuất bản tài liệu Cơ Đốc để rao truyền sự vinh hiển của Đức Chúa Trời vì sự vui mừng của người Việt, đặc biệt là qua sự chịu khổ, trong Đức Chúa Jêsus Christ".

Tài liệu Cơ Đốc này không thể thay thế Lời Chúa và những tài liệu của Hội thánh mà quý con cái Chúa đang nhóm lại hàng tuần. Chúng tôi chỉ mong con cái Chúa sử dụng các tài liệu này để bày tỏ Hà Lan của Đức Chúa Jêsus Christ cho gia đình, người thân, bạn bè và cộng đồng xung quanh.

Nếu bạn muốn biết làm thế nào để dâng hiến, hỗ trợ và nhận tin tức về các tựa sách khác mà Mục vụ Tiên Phong đang chuyển ngữ, xin hãy liên hệ chúng tôi bằng thư điện tử info@tienphong.org hoặc bạn có thể tìm đến trang điện tử www.tienphong.org để tải về và đọc các tài liệu miễn phí.

Chúng tôi chân thành biết ơn các anh chị em con cái Chúa đã tin tưởng hỗ trợ dự án tài liệu Cơ Đốc cho người Việt của Mục vụ Tiên Phong.

Xin Chúa dẫn dắt,
Mục vụ Tiên Phong